வாசகர்க்கு வணக்கம்

ஒரு மண்ணின் இனக்குழுவிற்கு என்ன வேண்டும் என்பதை இயற்கை மிகச்சரியாக கொடுக்கவல்லது. கொடுக்கப்பட்ட அதுதான் அம்மண்ணின் உயிர்த்திரளுக்குப் பொருத்தமானதும், சரியானதும் கூட. இஃது புவியியல் மற்றும் சூழலியல் அறிஞர்கள் ஒப்புக்கொள்ளும் உண்மை. அந்தந்த மண்ணிற்குத் தேவையானவை அந்தந்த மண்ணிலேயே உண்டாகும் என்பது மரம், செடி, கொடி, நீர் நில வளத்திற்கு மட்டும் பொருந்துவதல்ல அஃது தத்துவத்திற்கும் சித்தாந்தத்திற்கும் சேர்ந்தே பொருந்துவதாகும். நாம் இந்தத் தமிழ்ச் சமுதாயத்தின் மீட்சிக்கு உலகின் யாருடைய தத்துவத்தை வேண்டுமானாலும் இந்த மண்ணில் நட்டு வளர்க்கலாம். ஆனால் இந்தத் தமிழ்ச் சமுதாயத்தின் மீட்சிக்கு இயற்கை கொடுத்த தத்துவமும் சித்தாந்தமும் ஒன்றுதான் அது "திருவருட்பிரகாச வள்ளலார்".

சாதி கடந்து, மதம் கடந்து, இனம் கடந்து, ஆண் பெண் வேற்றுமை கடந்தே இந்த உலகத்தில் ஒருமைப்பாடுகள் பேசப்படுகின்றன. இவைகளோடு ஆன்மாவையும் கடந்து (உயிர் வேறுபாடு) எல்லா உயிர்களும் ஒன்றே என்னும் ஆன்மநேய ஒருமைப்பாட்டை சொன்ன புரட்சித் துறவிதான் வள்ளல் பெருமான். ஒன்றே கடவுள் அஃது உருவ குணவிவரங்களுக்கு அப்பாற்பட்டது, மனத்தைத் தூய்மைப் படுத்தலே பக்தி, எல்லா உயிர்களிடத்தும் அன்பு செய்தலே வழிபாடு என்று சங்கம், சாலை, சபை கண்ட வள்ளல் பெருமான்தான் இந்த மண்ணின் இயற்கைத் தத்துவம், சன்மார்க்கம்தான் இந்த மண்ணின் இயற்கைச் சித்தாந்தம்.

துறவிகளின் வரிசையில் பாரத தேசத்தில் இரண்டு பேர் மிக முக்கியமானவர்கள். ஒருவர் வள்ளலாருக்கு முன் வாழ்ந்த

கௌதம புத்தர். இன்னொருவர் வள்ளலாருக்குப் பின் வந்த விவேகானந்தர். கௌதம புத்தருடையக் கொள்கையும் நிலைப்பாடும் வேறு. சுவாமி விவேகானந்தரின் கொள்கையும் நிலைப்பாடும் வேறு. ஆனால் இவர்கள் இருவரும் "இரந்து உண்ணும் துறவு வாழ்க்கை நெறி" எனும் விஷயத்தில் துறவிகளாக ஒன்றுபட்டனர்.

புத்தர்தன் காலங்களில் இல்லறத்தாரிடம் பிச்சைக்கேட்டு அந்த உணவையே உண்டார். தன் சீடர்களுக்கும் அதனையே வழிகாட்டினார். சுவாமி விவேகானந்தர் ஞானத்தைத் தேடி வட இந்தியா முழுக்க திரிந்தபோது உணவுக்காக வீட்டின் கதவுகளையேத் தட்டினார். அவரே ஒருமுறை "பிச்சை கேட்டு நின்றால் வடக்கே ரொட்டித்துண்டுகளைத்தான் கொடுப்பார்கள். அது ஐந்து நாள், பத்து நாள் முன் செய்ததாக இருக்கும். கடித்தால் பல்லெல்லாம் நொறுங்கிவிடும். அதனை ஆற்று நீரில் ஊரவைத்து அதன்பின்தான் உண்ண முடியும்" என்று சொல்லியிருக்கிறார். இதற்குக் காரணம் துறவினை மேற்கொண்டவர்கள் நெருப்பை மூட்டி அடுப்பை ஏற்றி உணவினை சமைக்கக்கூடாது என்று இருந்த எழுதப்படாத சட்டம்தான். ஆனால் பெரியவர்களே தனக்கு முன் வந்தவர் செய்யாததை, தனக்குப் பின் வந்தவர் செய்யாததை இவர்கள் இருவருக்கும் இடைப்பட்டக் காலத்தில் வந்த வள்ளல் பெருமானார் செய்கிறார்.

துறவிகள் என்றாலே இல்லறத்தாரிடம் சோற்றினைக் கேட்டுப்பெற வேண்டும் என்ற நிலையை மாற்றி சத்தியத் தருமச்சாலையை நிறுவி ஊருக்கே சோறு போட்டவர் நம் புரட்சித்துறவி வள்ளல் பெருமான். அன்றைக்கு அவர் ஏற்றிய அந்த நெருப்பு இன்றைக்கு வரையும் அணையா அடுப்பாக எரிந்து கொண்டிருக்கின்றது, அது எரிந்து கொண்டிருக்கும் எத்தனையோ பசி வயிற்றை அணைத்துக் கொண்டிருக்கிறது. நெருப்பை நெருப்பால் அணைக்கும் மந்திரவித்தைத் தெரிந்தவர் வள்ளலார். ஆம், பசியென்னும் நெருப்பை அடுபென்னும் நெருப்பால் அணைத்தார்.

வள்ளல் பெருமான் சமூகத்திற்கு வெளிப்படுத்திய சங்கம், சாலை, சபை என்கின்ற மூன்றும் பேரின்ப பரநிலையின்

Publisher
Karthikeyan Pugalendi

Managing Editor
P. Karthikeyan

Layout
Mcreative

Cover Design
Creative Studios

No part of this book may be reproduced or transmitted in any form without permission in writing from the author and publisher

நீங்கள் Smart Phone உபயோகிப்பவராக இருந்தால் QR Code Reader Application மூலம் இதை Scan செய்தால் நேரடியாக எமது இணையதளத்திற்கு சென்று மேலும் எங்கள் வெளியீடுகள் பற்றிய விவரங்களைப் பெறலாம்

A2 ISBN: 978-93-93699-86-2

Title:
Vallalar Valartha Tamil

Author:
Thamal ko Saravanan

Address:
Vanavil Puthakalayam
10/2(8/2) Police Quarters Road (1st Floor),
(Between Thiyagaraya Nagar Bus Stop & Police Station)
Thiyagaraya Nagar, Chennai - 600 017
Phone: 2986 0070, 2434 2771
Cell: **72000 50073**

Vanavil Puthakalayam
6 th sense_karthi
e-mail : vanavilputhakalayam@gmail.com
Website: www. sixthsensepublications.com

Edition
First : January, 2024

Pages : 144
Price : ₹ 222

தலைப்பு:
வள்ளலார் வளர்த்த தமிழ்

நூலாசிரியர்: தாமல் கோ. சரவணன்

பக்கங்கள்: 144
விலை: ₹ 222

முதற்பதிப்பு: ஜனவரி, 2024

வானவில் புத்தகாலயம்
10/2 (8/2) போலீஸ் குவார்ட்டர்ஸ் சாலை (முதல் தளம்)
(தியாகராயநகர் பேருந்து நிலையத்திற்கும் காவல் நிலையத்திற்கும் இடைப்பட்ட சாலை)
தியாகராயநகர், சென்னை – 600 017

தொலைபேசி : 29860070, 24342771

கைபேசி: **72000 50073**

மின்னஞ்சல்: *vanavilputhakalayam@gmail.com*

இந்தப் புத்தகத்திலுள்ள எந்த ஒரு பகுதியையும் பதிப்பாளர், எழுத்தாளர் இருவரின் அனுமதியையும் எழுத்து மூலம் பெறாமல் மொழிபெயர்க்கவோ பதிப்பிக்கவோ கூடாது

முக்கோணப் புள்ளிகள். அன்றைக்கெல்லாம் ஆன்மீகக் கூடாரங்கள் மடங்கள் என்றே அழைக்கப்பட்டன. ஆனால் வள்ளலார் சன்மார்க்கத்தில் மடமென்றுரைக்காது சங்கம் என்று பெயர்சூட்டினார்.

தெய்வத்தின் பேராலும் கொடையாலும் ஊரார்க்கு சோறிடும் இடங்கள் அண்ணச் சத்திரம் என்றே அழைக்கப்பட்டன. ஆனால் வள்ளல் சத்திரம் என்றழைக்காது சாலை என்று பெயரறிவித்தார்.

பொதுவாக இறைவன் நிலைநிறுத்தப்படும் இடங்களும் ஆவாகனம் செய்யப்பட்ட இடங்களும் இறையாகத் திருப்பாவனை செய்யப்பட்ட இடங்களும் கோயில் என்றே அழைக்கப்படும். ஆனால் வள்ளல் கோயில் என்று விளிக்காது சபை என்றே வெளிச்சமிட்டார். மடம், சத்திரம், கோயில் என்றில்லாது சங்கம், சாலை, சபை என்ற பதங்களின் பொருளறிதலில் இருந்தே வள்ளலின் தனித்துவத்தை உணர்ந்துகொள்ள வேண்டிய இடம் தொடங்குகிறது.

சங்கம்: ஜீவகாருண்யம் (உயிர் இரக்கம்) என்னும் இந்தப் பிரபஞ்சத்தின் ஒப்பற்ற மிக உயர்ந்த நெறியைக் கொள்கையாகக் கொண்ட சன்மார்க்க சங்கத்தை; சாதியையும், மதங்களையும், சமயங்களையும் தடையாகக் கருதி துறக்கச்சொன்ன சன்மார்க்க சங்கத்தை 1865 ஆம் ஆண்டு கருங்குழியில் நம் வள்ளல் பெருமானார் உலகிற்கு நிறுவினார். அது கருங்குழியல்ல சமரச சுத்த சன்மார்க்க சங்கத்தின் கருக்குழி.

சாலை: அடுத்த வேளை உணவிற்கே வழியில்லாதவர்கள் எப்படி ஞானத்தை நோக்கி நகரமுடியும். பசியின் பிடியில் இருப்பவர்கள் எப்படி அன்பின் பிடியுள் அகப்படும் இறைவனை உணரமுடியும். காதடைக்கும் பசி. கண் மறைக்கும் பசி, வாய் குழறவைக்கும் பசி இறைநிலையின் பேரின்பத்தை எப்படி அனுபவிக்கச் செய்யும்? ஞானப்பசி ஒரு மனிதனுக்கு வேண்டுமென்றால் வயிற்றுப்பசி இல்லாதிருக்கவேண்டும் என்ற பேருண்மையை உணர்ந்ததாலே வடலூரிலே 1867-இல் தருமச் சாலையை வைகாசி 11-ஆம் நாள் (23.05.1867) தொடங்கி வைத்தார்.

சபை: வள்ளல் வெளியே தெரிகின்ற அசுத்த தேகத்தை சுத்திகரித்து சுத்த, பிரணவ, ஞான தேகமாக்கி இயற்கைக்கு உள்ளே சென்ற இடம் சித்திவளாகம் என்றால், உள்ளே கண்ட அருட்பெருஞ்ஜோதியை உலகிற்காக வெளியே காட்சிப்படுத்திய இடம் சத்திய ஞானசபை. வடலூரில் எண்பது காணி அளவுள்ள இடத்திற்கு உத்திரஞான சிதம்பரம் எனப்பெயர் சூட்டினார்.

இந்த உலகத்தில் அருளாளர்கள் இரண்டு விதம். ஒன்று பிறந்த பின்னர் இறைவனின் அருளைப் பெற்று தன் வாழ்நாள் முழுமைக்கும் திருவருள் தொண்டினைச் செய்தவர்கள். மற்றோர் பிறக்கும் போதே இறைவனின் பரிபூரண அருளைப் பெற்று இந்த மண்ணில் திருவருளின் எண்ணங்களைச் செயலாக்கியவர்கள். இதில் வள்ளற்பெருமான் இரண்டாவது ரகம். அகத்தே கறுத்து புறத்தில் வெளுத்திருக்கும் உலகத்தவர் அனைவரையும் திருத்தி சமரச சுத்த சன்மார்க்கம் எனும் பொது நெறியில் அடைவித்து, அவர்கள் இங்கேயே இவ்விடத்திலேயே பரத்தில் கிடைக்கும் பேரானந்தப் பூரணத்தை அடையும் பொருட்டு செய்திட தன்னை இறைவன் இந்த உலகத்திற்கு அனுப்பி வைத்தார் என்பதை வள்ளற் பெருமானின் திருவாக்கிலேயே நாம் கேட்க முடிகின்றது. இங்கே நாம் மிக கவனமாக உணர்ந்துகொள்ள வேண்டிய விஷயம் யாதெனில், வள்ளற் பெருமான் சமரச சுத்த சன்மார்கத்தைத் தோற்றுவிக்கவில்லை. அது இறை எனும் இயற்கை உண்மை பொருளால் தோற்றுவிக்கப்பட்டது. வள்ளற் பெருமான் அதனை உலகுக்கு உணர்த்தி அனைவரையும் அதனுள் சேர்ப்பிக்க உழைத்தார் என்பதே சத்தியம் இதனை தன் சற்குண மணிமாலையில்,

“பன்னெறி சமயகள் மதங்கள் என்றிடும் ஓர்
பவநெறி இதுவரை பரவிய திதனால்
செந்நெறி அறிந்திலர் இறந்திறந்துலகோர்
செறிஇருள் அடைந்தனர் ஆதலின் இனிநீ
புன்நெறி தவிர்த்தொரு பொதுநெறி எனும்வான்

புத்த முதருள் கின்ற சுத்த சன்மார்க்கத்

தன்னெறி செலுத்துக என்ற என் அரசே”

–என்கிறார்

(ஆறாம்திருமுறை சற்குருமணிமாலை 12)

என்பதன் மூலம் இயற்கைப் பொது நெறியாய் இருக்கும், சன்மார்க்கம் ஆதி அந்தமிலாதது. அதனை இவ்வுலகில் செலுத்துவதற்கே வள்ளல் பெருமான் வந்தார் என்பதை அறிந்து கொள்ள வேண்டும். சமரச சுத்த சன்மார்க்கம் என்பது மற்ற சமய மார்க்கங்களைப் போன்ற சாத்திர, ஆச்சாரங்களைப் பின்பற்றுதலுக்கானதில்லை. இது நெறி அதுவும் பொதுநெறி, அருள்நெறி, மரணமிலாப் பெருவாழ்வு என்னும் பேரின்பத்தைத் தரவல்ல தனிநெறி இதனை வள்ளலார்.

“புண்ணியம் உறுதிரு அருள்நெறி இதுவே

பொதுநெறி என அறிவுற முயலுதி நீ

தன்னிய அமுதுணத் தந்தனம் என்றாய்

தனி நடராஜ என் சற்குரு மணியே”–என்பார்

(ஆறாம்திருமுறை சற்குருமணிமாலை 14)

சன்மார்க்கம் சாதி, சமய வேற்றுமைகளுக்கான இடமில்லை, இது எல்லா மனிதர்களுக்கும், இன்னும் சொல்லப் போனால் எல்லா உயிர்களுக்குமான பொதுவான நெறி என்பதை “இச்சாதி சமய விகற்பங்களெல்லாம் தவிர்த்தே எவ்வுலகும் சன்மார்க்கப் பொதுவடைதல் வேண்டும்”என்றார் வள்ளல் பெருமான்.

யாரெல்லாம் சன்மார்க்கச் சங்கத்தைச் சார்ந்தவர்கள் என்ற கேள்வி எழும்போது அதற்கு என்ன விடையளிக்க முடியும். சன்மார்க்கம் ஒன்றும் நிறுவனம் இல்லையே விண்ணப்பம் செலுத்தி இணைவதற்கு, இது கட்சி இல்லையே தொண்டனாக்கி சேர்ப்பதற்கு எனில் எதனைக்கொண்டு சன்மார்க்கியாவதன் வழியைச் சொல்வது. வள்ளல் பெருமானைப் போல தூய வெள்ளுடையை போர்த்திக் கொண்டால் போதுமா? அல்லது உணவில் சுத்த சைவத்தைக்

கொள்கையாக்கிக் கொண்டால் போதுமா? இப்படி செய்து கொள்பவர்கள் மட்டும்தான் சன்மார்க்கியா? இல்லவே இல்லை. இந்த உலகில் யாரெல்லாம் தன்னைச் சூழ்ந்த இந்த மண்ணின் உயிர்களுக்காக இரக்கப்படுகிறார்களோ, யாருடைய மனதில் எல்லாம் தயவு எனும் ஜீவகாருண்யம் பெருக்கடுத்தோடுகிறதோ அவர்கள் எல்லோருமே சன்மார்க்கிகள்தான். இதனை நான் சொல்லவில்லை வள்ளல் பெருமானே தன் திருவருட்பாவில் பாடுகிறார்.

"தயையுடையார் எல்லாம் சமரச சன்மார்க்கம் சார்ந்தவரே"

(ஆறாம் திருமுறை: 37:74)

"வாடிய பயிரை கண்ட போதெல்லம் வாடுகின்ற மனம் யாருக்கெல்லாம் இருக்கின்றதோ, வீடுதோறும் கதவைத் தட்டி பசிக்காக உணவுகேட்டு அது கிடைக்காமல் சுருண்டு விழும் பசித்தவர்களைக் கண்டு யாருக்கெல்லாம் மனம் பதைப்பதைக்கிறதோ, நீண்ட நாள் பிணியால் அவதியுற்று இந்த உடலைப் பாரமாகச் சுமந்து உயிர்வருந்தும் நோயுற்றவர்களைப் பார்த்து எவரெல்லாம் துடிதுடித்துப் போகின்றீர்களோ, ஏழைகளாய் வாழ்ந்து, ஏழைகளாகவே மடிந்து நெஞ்சிளைக்கின்றவரைப் பார்த்து யாருடைய நெஞ்சமெல்லாம் இளைக்கின்றதோ, தாய்பசுவின் பிரிவில் கதறுகின்ற கன்றின் ஓசையும், உயிர்பலிக்கு அஞ்சி மிரளும் ஆடு மாடுகளில் ஓலங்களும், கூண்டுக்குள் அடைபட்டுக் கிடக்கும் பறவைகளின் கூப்பாடுகளும் யாருடைய செவிகளைக் குடைகின்றதோ, உணவுக்காக உயிர்களைக் கொல்லும்போதும், மீன்களை பிடிக்க எடுத்துச் செல்லும் கண்ணி வகைகளை, தூண்டில்களை, வலைகளைப் பார்க்கின்றபோதும், யாருடைய நெஞ்சமெல்லாம் நிலைகுலைகின்றதோ அவர்கள் அத்தனை பேருமே சன்மார்க்கிகள்தான். ஆம், சன்மார்க்கம் என்பது கொள்கை என்பதைவிட, சன்மார்க்கம் என்பது உணர்வு என்பதை உணரும் புள்ளியில் இருந்தே வள்ளல் நம் கைப்பிடித்து மரணமிலாப் பெரு வாழ்வுக்கான பேரின்ப வாசலுக்குக்கொண்டு போகவருவார்.

ஆன்மிகக் களத்தில் ஒரு புயலாக வந்த வள்ளலார் கடவுள், பக்தி, சித்தி, மரணமிலாப் பெருவாழ்வு என்று மட்டுமே

இல்லாமல் தமிழ் தளத்திலும் ஒரு சூறாவளியாகி வரலாற்றினைச் சமைத்திருக்கிறார். தமிழ்மொழிக்கும், தமிழ் இலக்கியங்களுக்கும் வள்ளலார் செய்த அரும்பணிகள் பெரிதாக வெளிப்படாமல் இருக்கின்றதை நினைந்து நினைந்து வருத்தமுற்றபோது நாமே இதை முன்னெடுத்து வெளிச்சமிட முயற்சிசெய்தால் என்ன என்ற எண்ணத்தில் வளர்ந்ததும் மிகுந்ததும்தான் இந்நூல்.

புரட்சித்துறவி, சித்தர், சீர்திருத்தவாதி, சமூகப்புரட்சியாளர், ஆன்மிகவாதி என்ற கோணங்களில் மட்டுமே கண்டுணரப்படும் வள்ளலாரை "தமிழறிஞர்" என்ற பார்வையில் என்னைக் கருவியாக்கி எழுதவைத்ததும் வள்ளல் பெருமான்தான்.

திருக்குறளைப் பாடமாக்கி பொதுஜனங்களுக்குக் கொண்டுச்சென்றவரும், முதியவர்களை ஒன்று கூட்டி, முதியோர்கல்வியை அறிமுகம் செய்தவரும், மும்மொழிக் கொள்கையை முதன் முதலில் திட்டமிட்டவரும், கணவனை இழந்த மனைவி கைம் பெண்ணாக இருக்க வேண்டிய அவசியம் என்ன என்று கேட்டவரும், சாமியை அடையும் பாதையில் சாதியும், சமயமும், மதமும் தடைக்கற்கள் என்றவரும், அண்டத்தின் விரிந்த அறிவியலையும், பிண்டத்தி நுணுங்கிய அறிவியலையும் ஆயிரத்து எண்ணூறுகளில் மொழிந்தவருமான வள்ளலாரின் தமிழ்ப்பணிகள் பல்வேறு தலைப்புகளில் தனித்தனியே அமையப்பெற்றுள்ளதாய் இந்நூல் விளங்குகின்றது. வள்ளலார் எழுதிய தமிழின் பெருமையும், தமிழ்நாட்டின் பெருமையும், தமிழ் என்ற சொல்லுக்கிட்ட உரையின் விளக்கத்தையும், திருவருட்பாவின் கண் விளங்கும் சிற்றிலக்கிய மரபுகளையும், கல்வெட்டு ஆராய்ச்சியினையும் எழுத்துச் சீர்திருத்தத்தையும் நான் அறிந்தபோது அடைந்த ஆச்சரியத்தின் அளவு குறையாமல் அப்படியே தர முயற்சி செய்திருக்கிறேன். இயற்கை உண்மையதாய், இயற்கை விளக்கமதாய், இயற்கை இன்பமுமாய் அமைந்துள்ள தனிப்பெருங்கருணை நிறை அருட்பெருஞ் ஜோதியின் திருவருளைப் பணிந்து வணங்குகிறேன்.

தாமல் கோ. சரவணன்

உள்ளுரை

1.	தமிழ் நாட்டில் பிறப்பித்தமைக்கு நன்றி	11
2.	தமிழனாய் பிறப்பித்தமைக்கு நன்றி	17
3.	தொண்ணூறு? தொள்ளாயிரம்?	29
4.	முதல் கல்வெட்டாராய்ச்சியாளர் – வள்ளலார்	36
5.	வள்ளலாரின் தமிழ்க்கொடை	41
6.	உண்ணாவிரதம் தந்த உன்னத அருட்பா	57
7.	சுந்தரக்கை சாத்திய திருவேடு	61
8.	தமிழிலக்கிய வரலாற்றில் நீண்ட நெடிய அகவல்	63
9.	வள்ளலாரின் சொற்பொழிவு	73
10.	சாற்று கவி தந்த வள்ளல்	83
11.	தனிப்பாடல்களின் தனித்துவங்கள்	89
12.	திருவருட்பாவில் சிற்றிலக்கிய மரபு	93
13.	உரைநடையின் முன்னோடி	106
14.	பதிப்பாசிரியர்	110
15.	வள்ளலாரின் எழுத்துச் சீர்திருத்தம்	116
16.	‘தமிழ்’ எனும் சொல்லுக்கிட்ட உரை	120
17	துணை நின்றவை	143
18	ஆசிரியர் குறிப்பு	144

தமிழ்நாட்டில் பிறப்பித்தமைக்கு நன்றி

திருவள்ளுவர், திருமூலர், திருநாவுக்கரசர், திருஞான சம்பந்தர், மாணிக்கவாசகர், பட்டினத்தார், தாயுமான சுவாமிகள் போன்ற சிவானுபவத்தைப் பூரணமாகப் பெற்ற பேரருளாளர்கள் எல்லோரும் இந்தப் பூமிப்பந்தின் ஏழு கண்டங்களின் ஏதேதோ மூலைகளில் தோன்றாது இங்கே 'நாவலந்தண் பொழில்' எனும் பாரதத் தேயத்தில் அதிலும் குறிப்பாக 'வடவேங்கடம் தென்குமரி ஆயிடைத் தமிழ்கூறும் நல்லுலகமான' தமிழ்நாட்டில் வந்து ஏன் மலர்ந்தார்கள் என்று ஆராயுமிடத்து ஒருண்மையைப் புரிந்து கொள்ள முடிகின்றது.

நாயன்மார்களைப் போன்ற அடியார்களும், நாரணனைப் போற்றிய ஆழ்வார்களும், அட்டமாசித்திகண்ட பதினெண் மேற்பட்ட சித்தர்களும், பற்பல அருளாளர்களும் இந்தத்

தமிழ் மண்ணை தேர்ந்தெடுத்துப் பிறந்ததற்கு ஒரு காரணமும் இருக்கின்றது.

ஆழ்ந்து அகன்ற நுண்ணியனானப் பரம்பொருள் இல்லாத இடமில்லை. இந்தப் பிரபஞ்சத்தின் எல்லாவுமாயும், எல்லாவற்றிற்குள்ளுமாயும் கடந்தும் உள்நின்றும் விளங்குவதாலேயே கடவுளாக உய்ந்துணரப்படுகின்ற பரம், தன்னுடைய ஆற்றலை இரண்டு நிலைகளில் இந்த உலகத்தில் செலுத்துகின்றது. இயற்பியலின்படியும் ஆற்றல் இரண்டு வகைதான். ஒன்று நிலையாற்றல் மற்றொன்று இயக்க ஆற்றல்.

ஒரு பொருள் எவ்வசைவும் இன்றி நிலைத்த தன்மையுடன் விளங்குமேயானால் அது நிலையாற்றல். அது தன்னை அசைவுறச் செய்து இயங்குமேயானால் அது இயக்க ஆற்றல். இந்தப்பிரபஞ்சம் முழுவதும் இவ்வுலகம் முழுவதும் ஆற்றல் இவ்விரு நிலைகளிலேயே வெளிப்பட்டுக் கொண்டிருக்கின்றது. அந்த வகையில் சிவப்பரத்துவமும் தன் ஆற்றலை இங்கே இவ்வுலகில் நிலைத்தன்மையோடும், இயக்கத் தன்மையோடும் வெளிப்படுத்திக் கொண்டிருக்கிறது என்பதை ஆன்ம அனுபவத்தால் உணரவேண்டும்.

சிவமானது அசையாது இயங்காது தன் ஆற்றலை நிலைத்த தன்மையோடு வெளிப்படுத்துகிற இடம் வட இந்தியம். அதனால்தான் புராணங்கள் சிவத்தை சிவபெருமானாகக் காட்டுமிடத்து வடக்கில் இமயமலையில் எப்போதும் தவத்திலேயே இருப்பதாகக் காட்டியது. மேலும் தென்முகநம்பியாய் (தட்சணாமூர்த்தி) கல்லால மரத்தின்கீழ் சிவபெருமான் வடக்கில்தான் மோனநிலையில் அசைவற்று அமர்ந்தார். நிலை ஆற்றல் தன்மையில் வெளிப்படுத்திய இடம் வடக்கு என்றால் பரத்தின் இயக்க ஆற்றல் வெளிப்படும் இடம் எதுவென்ற கேள்விக்கு நீண்ட சிந்தனையெல்லாம் தேவையில்லை. ஆம், ஒரு காலை தூக்க நின்றாடும் தில்லை சிதம்பரனார் இருக்கக்கூடிய தெற்குப் பகுதியான தமிழ்நாடே சிவத்தின் இயக்க ஆற்றல் வெளிப்படுகின்ற இடமாகும்.

ஆதலால்தான் பூகோள ரீதியாகவும் வடக்கே நிலைத்த இயல்புடைய பெரிய மலைத்தொடர்களும், தெற்கே இயங்கிக் கொண்டே இருக்கும் அலைகடல்களும்

அமையப்பெற்றுள்ளன. அருளாளர்கள் இம்மண்ணில் எங்கேவந்து தோன்றுவார்கள் என்ற விசாரிப்புக்குள் சென்றோமேயானால் எங்கே சிவத்தன்மை இயக்கத்தோடு வெளிப்படுகின்றதோ அங்கேதான் தோன்றுவார்கள் என்பதாலேயே திருவள்ளுவர் தொடங்கி தாயுமானவர் வரை அத்தனை அருளாளர்களும் இத்தமிழ் மண்ணில் வந்து விதைந்தார்கள். அந்தவகையில் 'வாழையடி வாழையென வந்தத் திருக்கூட்ட மரபில்' திருவருட்பிரகாச வள்ளல் பெருமானையும் (1823 - மரணமிலாப் பெருவாழ்வு) தந்தது இந்தப் பேரருள் நிறைந்த தமிழ்நாடு.

இராமையாபிள்ளை சின்னம்மையார்க்கு மருதூர் எனும் திருவூரினில் மனித உரு கொண்டு பிறந்த ஜோதியான இராமலிங்க அடிகளாரும் தான் இந்த தென்பூமியில் பிறந்ததற்காய் பேரானந்தம் உறுகிறார். 'சுத்த சன்மார்க்க லக்ஷிய சத்தியஞானக் கடவுளே! ஜீவர்களாற் கணித்தறியப்படாத பெரிய உலகின் கண்ணே பேராசை, பெருங்கோபம், பெருமோகம், பெருமதம், பெருலோபம், பேரழுக்காறு, பேரங்காரம், பெருவயிரம், பெருமடம், பெருமயக்கம் முதலிய பெருங்குற்றங்களே பெரும்பாலும் விளைவதற்குரிமையாகிய மற்றை இடங்களிற் பிறப்பியாமல், குணங்களே பெரும்பாலும் விளைவதற்குரிய இவ்விடத்தே உறுப்பிற் குறைவு பாடாத உயர்பிறப்பாகிய இம்மனிதப் பிறப்பில் என்னைப் பிறப்பித்தருளிய தேவரீரது பேரருட் பெருங்கருணைத்திறத்தை என்னென்று கருதி என்னென்று துதிப்பேன்" (சமரசசுத்த சன்மார்க்க சத்தியப் பெருவிண்ணப்பம்) என்றவாறு, தன்னைத் தமிழ்நாட்டில் பிறக்க வைத்தமைக்காக பெருவிண்ணப்பத்தில் நன்றியுரைக்கிறார் வள்ளல் பெருமான். இந்தப் பெரிய உலக உருண்டையில் தமிழ்நாடு மட்டுமே 'குணங்கள் விளைவதற்கு இடம்' என்று சொல்கிறார். விளைதல் என்றால் ஒரு விதை விதைந்து, முளைத்து, செழுத்து தன்னை நிலை நிறுத்துவது என்று பொருள். ஆக, தமிழ்நாடே ஒரு சித்தாந்தம் விதைந்து, முளைந்து, செழுத்து நிற்க ஏதுவான இடம் என்பதை உணர்ந்திருக்கிறார் வள்ளல் அதனாலேயே "அகத்தே கருத்துப் புறத்தே வெளுத்திருந்த உலகர் அனைவரையும்

சகத்தே திருத்தி சன்மார்க்க சங்கம் அடைவித்திடும்" பணியை செய்ய அருளைப் பெற்று உகத்தே இறைவனால் வருவிக்கவுற்ற வள்ளலார் தமிழ்நாட்டில் தோன்றினார். அதுமட்டுமின்றி அடிகள் திசைகளைப் பற்றிய தத்துவ உபதேசத்தைச் சொல்கின்ற போதும்,

"வடக்குப்பாகம், நக்ஷத்திரப்பிரகாசம். கிழக்குப் பாகம், சந்திரப் பிரகாசம். மேற்குப்பாகம், சூரியப் பிரகாசம். தெற்கப் பாகம், அக்னிப் பிரகாசம், கிழக்குத் திக்கை நோக்கித் தியானம் செய்கிறது யோக சித்தியைப் பெறுகிறதற்கு மேற்கு, மேற்படி சொர்ண சித்தியைப் பெறுகிறதற்கு, தெற்கு, சாகாக்கலையை - நித்திய தேகத்தையும் ஞானசித்தியையும் - பெறுகிறதற்கு. வடக்கு சித்த சுத்தியைப் பெறுகிறதற்கு வடக்கு காற்புறம், தெற்கு தலைப்பாகம், **இதனால் தான் தெற்கு ஞானத்தில் சிறந்தது; வடக்கு அஞ்ஞானத்தில் அழுந்தியது"** என்கிறார்.

இதனை சிந்திக்குமிடத்து பூகோள ரீதியில் வடக்கு உயர்ந்ததும், தெற்கு தாழ்ந்ததுமாக இருக்கின்ற போதிலும் தத்துவரீதியில் வடக்கு அஞ்ஞானத்தில் அழுந்தியதாகவும் தெற்கு ஞானத்தில் சிறந்ததாகவும் விளங்குகின்றது என்பதை உணரலாம். மேலும் ஒவ்வொரு திசையும் ஒவ்வொருப் பயனை வழங்கும் பட்சத்தில் தெற்கு மட்டுமே பேரின்ப நிலையான மரணமிலாப் பெருவாழ்வினைக் குறிக்கும் சாகாக்கலையை வழங்கக்கூடியதாய் இருக்கின்றது. எனவேதான் சுந்தரமூர்த்தி சுவாமிகள் கயிலையில் இருந்து 'மாதவம் செய்த தென்திசை' நோக்கி வந்தார்.

அதனாலேயே சேக்கிழார் 'தேசம் எலாம் விளங்கிய தென்திசை' என்று புகழ்ந்தார். இன்னும் சுருங்கச் சொன்னால் இறைவன் எல்லா நாட்டார்க்கும் உரியவனாக இருக்கின்றபோதிலும் இறைவன் தனக்கான இடம் என்று நினைப்பது இந்தத் தென்னாடு என்பதாலேயே மணிவாசகர் இப்படி பாடினார்.

"தென்னாடுடைய சிவனே போற்றி
எந்நாட்டவர்க்கும் இறைவா போற்றி".

வள்ளல் பெருமான் தமிழ்நாட்டில் தோன்றுவதை மட்டுமே பெருமையாக நினைக்காமல் இங்கேயே வாழ்வதையும் பெரும் தவமாகக் கருதினார். சென்னையில் வாழ்க்கையை விரும்பாது இடம்மாற நினைத்த போதும் சென்னைக்குத் தெற்காகப் பிரயாணம் செய்தாரேயொழிய வடக்கு நோக்கிச் செல்லவில்லை. தான் மட்டுமின்றி தன்னைச் சேர்ந்தவர்களும் இவ்விடத்திலேயேயே இருக்க விரும்பியிருக்கிறார் என்பதை இரத்தினம் முதலியார்க்கு எழுதிய கடிதத்தில் இருந்து தெரிந்துகொள்ள முடிகின்றது.

வள்ளலாரின் அணுக்கத் தொண்டர்களுள் ஒருவரான இறுக்கம் - இரத்தினம் அவர்கள் சென்னையில் ஆசிரியராகப் பணியாற்றிக் கொண்டிருப்பதை விடுத்து வடக்கு நோக்கி நெல்லூர்க்குப் போக திட்டமிட்டார். ஆனால் இதனையறிந்த இராமலிங்க அடிகளார் அவருக்குக் கடிதம் ஒன்றினை எழுதினார்.

“இது நிற்க அவசியம் தெரிந்துகொள்ள வேண்டுவது ஒன்று என்னெனில் தாங்கள் சென்னபட்டணத்தை விட்டு நெல்லூர்க்கு உத்தியோக விஷயமாகப் போகக் கருதி பிரயத்தினம் செய்வதாயும் தற்கால அலுவல் தானே நீங்கிவிடுவதாயும் கேள்விப்பட்டேன். கேட்ட நாள் தொடங்கி மனஞ் சஞ்சலித்துக் கொண்டேயிருக்கின்றது. ஆனால் என்ன செய்வது திருவருள் நடத்த நடக்கின்றோ மென்று சமாதானஞ் செய்து கொண்டாலும் என் மனம் அமைதி பெறவில்லை ஆகலில் அவ்வாறு நேரிடில் முன்னதாக எனக்குத் தெரிவிக்க வேண்டும். நான் கடவுளைப் பிரார்த்திக்கிற தென்னெனில் சென்னபட்டணத்தை விடுத்தால் பட்டணத்துக்குத் தென்பாகத்தில் அலுவல் நேரிட வேண்டுமென்று பிரார்த்திக்கிறதுதான் என் பிரார்த்தனை திருச்செவிக்கு ஏறுமோ ஏறாதோ தெரிந்ததில்லை என்ன செய்வேன் எப்படியானாலும் ஆகட்டும் எனக்கு உடனே பிரயாணத்தின் உண்மை இன்மை தெரிவிக்க வேண்டும்”.

(திருவருட்பா, திருமுகப் பகுதி)

சென்னையை விட்டுப்போக வேண்டும் என்று விழைவாயெனில் சென்னைக்குத் தெற்காக வரவேண்டுமே

தவிற வடக்காக தமிழகத்தைத் துறப்பது முறையல்ல என்பதை பிரார்த்தனையாக வைக்கிறார். இவ்விடத்தில் நாம் தெரிந்துகொள்ள வேண்டிய கூடுதல் தகவல் இவருடைய காலத்தில் தமிழ்நாடு என்ற மாநிலமோ எல்லைகளோ இல்லை. ஆங்கிலேய வல்லாதிக்கத்தில் இருந்த காலமது என்ற போதிலும் வள்ளல் தமிழ்நாடு என்ற எல்லைப் பரப்பை மனத்தளவில் வரைந்து வைத்திருப்பதை எண்ணி அதிசயிக்க வேண்டியுள்ளது.

பின்னாட்களில் நெல்லூர் தமிழ்நாட்டோடு இல்லாது ஆந்திரமாநிலப்பிரிவில் சேர்ந்ததையும் நினைத்துப்பார்க்க வேண்டியுள்ளது. இவ்வாறாக தமிழ்நாட்டில் பிறந்ததற்காகவும் இங்கேயே வாழ்வதற்காகவும் பெருமகிழ்ச்சியுற்றவர் வள்ளல் பெருமான், என்பது புலனாகிறது.

தமிழ்நாட்டில் பிறந்ததற்காக வள்ளல்பெருமான் பெருமையுற்றது அவருடையக் கடமை என்றால் வள்ளல் பெருமானைத் தமிழ்நாடு தந்ததற்காகப் பெருமைப் படவேண்டியது நம்முடையக் கடமை.

தமிழனாய் பிறப்பித்தமைக்கு நன்றி

"**உ**லகியற்கண் பொன் விஷய இச்சை, பெண் விஷய இச்சை, மண்விஷய இச்சை முதலிய எவ்விஷய இச்சைகளிலும் என்னறிவை ஓர் அணுத்துணையும் பற்றுவிக்காமல் இங்ஙனஞ் செய்தருளுகின்ற தேவரீரது திருவருட்பெருங் கருணைத் திறத்தை என்னென்று கருதி என்னென்று துதிப்பேன்" எனும் உரைப்பகுதி வள்ளல்பெருமான் சத்தியப் பெரு விண்ணப்பத்தில் எழுதிய ஒன்றாகும்.

பொதுவாகத் துறவிகள் என்போர் எல்லாவற்றையும் துறந்தவர்களாயும், எதன்மீதும் ஆசையற்றவர்களாயும் இருக்க வேண்டும். வள்ளலார் கடல்சூழ் இவ்வுலகத்தில்

எல்லாவற்றையும் துறந்தார் ஆயினும் காருண்யத்தையும் கன்னித்தமிழையும் துறந்தாரில்லை. எதன்மீதும் ஆசையே இல்லாத வள்ளல் பெருமான் தென்மொழியாம் தமிழின்மீது ஆசை கொண்டவராய் இருப்பதை எண்ணியும் அவ்வாறு இருக்கும்படி இறைவன் தமிழனாய்ப் பிறப்பித்தமைக்கும் சத்தியப் பெரு விண்ணப்பத்தில் அகமுருகி நன்றி தெரிவிக்கிறார்.

"இடம்பத்தையும், ஆராவாரத்தையும், பிரயாசத்தையும், பெரு மறைப்பையும், போது போக்கையும் உண்டு பண்ணுகின்ற ஆரிய முதலிய பாஷைகளில் எனக்கு ஆசை செல்லவொட்டாது பயிலுதற்கும், அறிதற்கும் மிகவும் லேசுடையதாய் பாடுவதற்கும், துதித்தற்கும் மிகவும் இனிமையுடையதாய், சாகாக்கல்வியை லேசில் அறிவிப்பதாய்த் திருவருள் வலத்தாற் கிடைத்த தென்மொழியொன்றனிடத்தே (தமிழிடத்தே) மனம் பற்றச் செய்து அத்தென்மொழிகளாற் பலவகைத் தோத்திரப் பாட்டுகளைப் (திருவருட்பா) பாடுவித்தருளினீர்"

தமிழனாகவும், தமிழ் மொழி பேசுபவனாகவும் பிறந்தமைக்காக இறைவனுக்கு நன்றி சொல்லும் இவ்விண்ணப்பத்தில் தமிழ் மொழி படிப்பதற்கும் அம்மொழியை கற்றுக்கொள்ளவதற்கும், அம்மொழியின் மூலம் ஞானத்தை அறிவதற்கும் மிக எளிமையாக இருப்பதாக புகழாரம் சூட்டுகிறார். மேலும் இறைவனைத் துதிப்பதற்கு தமிழே இனிமையான மொழியாக இருப்பதாகவும், எல்லாவற்றுக்கும்மேல் மரணமிலாப் பெருவாழ்விற்கு (DEATHLESS LIFE)உரிய சாகாக்கல்வியை வழங்கக்கூடியது தமிழ் மட்டுமே என்றும் பெருமை கொள்கிறார். ஒரு மனிதன் பேசுகின்ற மொழி அம்மனிதன் இறவாமல் பேரின்ப வாழ்வை வாழவல்ல மரணமில்லாத்தன்மையைத் தரும் என்பது அசாதாரணமில்லையா! அது எப்படி தமிழுக்கு மட்டும் சாத்தியமானது என்றால் அதற்கும் விடையை வள்ளலாரே சொல்கின்றார், 'திருவருள் வலத்தாற்கிடைத்த தென்மொழி'என்று. திருவருளின் பூரண வல்லபத்தால் இந்த மண்ணில் தோன்றிய மொழி தமிழ் மட்டுமே. ஆதலால்

தமிழே மரணமிலாப் பெருவாழ்வை வழங்கும் திராணியுடையதாய் விளங்குகின்றது.

தமிழையும் அதன் திறத்தையும் மெச்சும் வள்ளல் பெருமான். அதே நேரத்தில், தமிழால் இறைவனைப் பாடும் தன்மையின் நிலையையும் இறைவன் தமிழால் உயிர்களை உய்விக்கின்ற நிலையையும் தன் திருவருட்பாக்களில் அங்கங்கு எடுத்துச் சொல்லிவிட்டுப் போகின்றார்.

சிற்சபையில் நடிக்கின்ற இறைவனினுடைய திருக்கூத்தானது இயல் இசை நாடகம் என்னும் மூன்று தமிழுக்கும் எற்புடையதாய் செந்தமிழை வளர்க்கும் கூத்தாகவும் ஆன்மாக்களின் ஆணவம், கன்மம், மாயை என்னும் மலங்களை நீக்கி சுத்த, பிரணவ, ஞான தேகத்தை வழங்கி மனித உயிர்கள் செம்மை நலம் பெற செந்தமிழை வளர்க்குந் திருக்கூத்தாகவும் விளங்குவதாக ஓரிடத்தில் பாடுகிறார்.

“எந்தையுனைப் பாடி மகிழ்ந்து இன்புறவே வைத்தருளிச்
செந்தமிழில் வளர்க்கின்றாய் சிற்சபையில் நடிக்கின்றாய்”

(ஆறாம்திருமுறை திருவருட்கொடை 06)

திருவருட்பிரகாச வள்ளலாரை செந்தமிழால் பாடியும் மகிழ்ந்தும் அதனால் இன்புறவும் செய்வது சிற்சபையில் ஆடுகின்ற நடராசனாம், அதே சமயம் அதே தமிழால் வள்ளல் பெருமானை வளர்க்கின்றவரும் நடராச பதியேதானாம். இவ்வரிகளை ஆராயுமிடத்து தமிழே இறைப் பரத்துவத்தின் அருட்கருணை வடிவென்று வள்ளல் நினைப்பதை புரிந்துகொள்ள முடிகின்றது.

செந்தமிழால் தன்னை வளர்ப்பதற்காகக் கூறுவதைப் போன்றே இன்னோரிடத்தில் இறைவன் தமிழால் அடியார்களுக்கு அருளுகின்றான் என்பதையும் கூறுகின்றார். ஒற்றீயூர்ப் பெருமானை மனமுறுகி பாடுமிடத்து **‘வடிக்குறும் தமிழ் கொண்டு அன்பருக்கருளும் வள்ளலே ஒற்றியூர் வாழ்வே’**என்று பாடுகின்றார். இறைவனை நினைந்து, உணர்ந்து, நெகிழ்ந்து, ஊற்றெழுகின்ற கண்ணீரதனால் நனைந்து துதிக்கின்ற அன்பர்களுக்கு அவ்வொற்றியூர்

இறைவன் தமிழ் கொண்டு அருள்செய்வதாய் மீண்டும் பதிவு செய்கிறார். இது உண்மைதானே!

அன்பருக்கு அன்பனே யாவையுமாய் அல்லையுமாய்
சோதியனே துன்னிருளே தோன்றாப் பெருமையனே
ஆதியனே அந்தம் நடுவாகி அல்லானே
ஈர்த்து என்னை ஆட்கொண்ட எந்தை பெருமானே
கூர்த்த மெஞ்ஞானத்தால் கொண்டுணர்வார் தம் கருத்தின்
நோக்கரிய நோக்கே நுணுக்கரிய நுண்ணுணர்வே
போக்கும் வரவும் புணர்வும் இலாப் புண்ணியனே!

என்று உருகித்துதித்த மணிவாசர் எனும் அன்பருக்கு வேதியராய் வந்து இரவெல்லாம் அமர்ந்து திருவாசகம் எனும் தேனமுதை தன் கையால் எழுதி தமிழால் அருள் செய்தவன்தானே சிவப்பரம்பொருள்.

திருஞானசம்பந்தருக்கும், திருநாவுக்கரசருக்கும், சுந்தரமூர்த்தி சுவாமிகளுக்கும், காரைக்காலம்மைக்கும் தமிழால்தானே அருள் செய்தார். கூன்பாண்டியன் வெப்புநோயுற்று படுத்தபோது ஞானசம்பந்தன் பூசிய நீறு மட்டுமா அவனுக்கு அருள் செய்து காத்தது?

மந்திரமாவது நீறு வானவர் மேலது நீறு
சுந்தரமாவது நீறு துதிக்கப்படுவது நீறு
தந்திரமாவது நீறு சமயத்தில் உள்ளது நீறு
செந்துவர் வாய் உமை பங்கன் திருஆலவாயான் திருநீறே

வேதத்தில் உள்ளது நீறு வெந்துயர் தீர்ப்பது நீறு
போதந் தருவது நீறு புன்மை தவிர்ப்பது நீறு
ஓதத் தகுவது நீறு உண்மையில் உள்ளது நீறு
சீதப் புனல் வயல் சூழ்ந்த திரு ஆலவாயான் திருநீறே

எனும் தமிழும்தானே அவனுக்கு அருள்செய்யக் காரணமாய் இருந்தது. "பித்தா"எனும் தமிழ்ச் சொல் எடுத்துக்கொடுத்து தமிழால்தானே சுந்தரருக்கு அருள் செய்தார்."உலகெலாம்"எனும் வார்த்தையளித்து

தமிழால்தானே சேக்கிழார் பெருமானுக்கு அருள்செய்தார் "திகட சக்கரம்"என்று தமிழ்ப்பதம் தந்தல்லவா கச்சியப்பசிவாச்சாரியாரை அருள் கொண்டு அணைத்தார். இதையெல்லாம் மனம் முழுக்க சிந்தித்ததாலேயே வள்ளல் பெருமானால்

"வடிக்குறும் தமிழ்கொண்டு அன்பருக்கருளும்

வள்ளலே"- *என்று பாடமுடிந்தது.*

(இரண்டாம்திருமுறை நான் அவத்து அலைசல் 8)

சிவத்தை மட்டுமல்ல திருவொற்றியூரில் எழுந்தருளியுள்ள வடிவுடை மாணிக்கமாகிய அன்னையைப் பரவிப் போற்றும் பனுவலிலும் கூட

"மெய்யன்பர் புனைந்த தமிழ்ப் பாவால்

நிறைந்த பொற்பாவாய்"

(முதல்திருமுறை வடிவுடை மாணிக்கமாலை 85)

என்று அம்மையை வள்ளலார் தமிழ்ப்பாவின் திருவுருவமாகவேப் போற்றுகின்றார். இவ்விடத்தைக் குறிக்கும் போது வெள்ளை வாரணர்

'தொடுக்கும் கடவுட்பழம் பாடற் றொடையின் பயனே

நறை பழுத்த துறைத்தீந்தமிழின் ஒழுகுநறுஞ்சுவையே'

என்ற குமரகுருபரரின் மீனாட்சியம்மை பிள்ளைத் தமிழில் மீனாட்சியை தமிழின் சுவையோடு ஒப்பிட்டிருப்பதை இங்கே வள்ளலின் 'தமிழ்ப் பாவால் நிறைந்த பொற்பாவாய்' எனும் தொடரோடு ஒப்பிட்டிருப்பது அழகு சேர்க்கிறது. *(திருவருட்பாச் சிந்தனை, பக்கம் 310)* வள்ளல் பெருமான் தமிழோடு சிவத்தையும், சக்தியையும் பாடியதோடு செந்தமிழ்க்கடவுளான முருகனை பாடுமிடத்தும் கூட,

"முன்செய்த மாதவத்தால் அருணகிரிநாதர்"

முன்னே முறையிட்டு ஏத்தும்

புன் செயல்தீர் திருப்புகழை

ஏற்றருளும் மெய்ஞானப் புனிதன் - (2515)

என்றும்

'பண்ணேறு மொழியடியார் பரவியேத்தும்
பாதமலர் அழகினை இப்பாவி பார்க்கின்
கண்ணேறு படுமென்றோ கனவிலேனும்
காட்டென்றால் காட்டுகிலாய் கருணை ஈதோ!'- (103)

எனவும் வள்ளலார் குறிப்பிட்டு புகழ்ந்துள்ளமை தெய்வத்திறம் பேசுவதற்கு ஏற்புடைய மொழியாக தமிழே உள்ளதை மீண்டும் மீண்டும் குறிப்பதாகவே உள்ளது. உண்மையும், தெளிவும் வாய்ந்த மொழி தமிழ்மொழி என்பதுவும், அம்மொழியொன்றே எல்லாம் வல்ல இயற்கையுண்மைப் பொருளான சிவத்தையும் அதன் இயல்பினையும் உள்ளவாறு புலப்படுத்தும் என்பதையும் வள்ளலாரிடம் இருந்து நாம் திடமாக ஏற்றுக்கொள்ள வேண்டும்.

தமிழானது இறையருளைக் கடத்துகின்றத் தன்மையுடையது என்பது மட்டுமில்லாமல் இந்த நிலையற்ற உலகியல் இன்பங்களில் அழுந்திக் கிடக்கின்ற காமுகர்களையும் தம்பால் ஈர்க்கும் ஆற்றல் கொண்டது என்கிறார் வள்ளலார். சைவசமயக் குரவர்களான நால்வரின் செந்தமிழ்த் திருப்பாடல்களை நாள்தோறும் இடைவிடாது நெஞ்சில் நிறுத்தினால் உலகியல் இன்பத்தை அவர்களின் தமிழ் துறக்கச் செய்யும் என்பதை,

"சேல்வருங் கண்ணி இடத்தோய்நின் கீர்த்தியை சேர்த்தியந்த
நால்வரும் செய்தமிழ் கேட்டு ப்புறத்தில் நடக்கச் சற்றே
கால்வரு மாயினும் இன்புருவாகி கனிமனம் அப்
பால் வருமோ அதன்பாற் பெண்களை விட்டுப் பார்க்கினுமே

(முதற்திருமுறை திருவருண் முறையீடு 162)

என்று பாடுகிறார். இறைவனை முன்னிலைப் படுத்திப் போற்றும் பாடலில் வள்ளலார் தமிழின் மேன்மையை கலந்தே அளிப்பது அவர்தம் தமிழ் ஆர்வத்தைப் புலப்படுத்துவதாகும். ஒருமுறை ஒற்றியூரிலுள்ள நந்தி ஆசிரமத்திற்கு சென்ற வள்ளலார். அங்குணர்ந்த அமைதியையும், சாந்தத்தையும் இன்புற்று சொல்ல

நினைத்தபோது அந்தச் சாந்தத்திற்கு ஈடாக, நிகராக வேறொன்றும் சொல்ல இல்லாத மனச் சூழலில் 'தண்டமிழ்க் கவிதைபோல் சாந்தமிக்கது' எனப்பாடினார்.

'கண்டவர் உளமெலாங் கட்டுகின்றது
தண்டமிழ்க் கவிதைபோற் சாந்த மிக்கது
விண்டயன் பதமுதல் விரும்பத்தக்கது
எண்டருத் தவமரசிருக்குஞ் சீரது'

(குடும்பகோஷம் 14)

எல்லாவற்றுக்கும் மேலாக இயற்கை உண்மைப் பொருளான சிவத்தைக் குறிக்கும் ஓரிடத்தில் 'தமிழ் அருட்குன்றே என் தெய்வமே நினை அன்றி ஓர் துணையிலேன்' என்று பாடுகிறார் இறைவன் - தமிழ் அருட்குன்றாக இருப்பதை சொல்லும்போது இதைவிட தமிழை தெய்வ பாஷையாக்கி போற்றும் வள்ளலாரை வெளிக்காட்ட என்ன எடுத்துக்காட்டு அவசியமாகப் போகிறது.

மேலும் ஓரிடத்தில் தமிழை வடமொழியோடு ஒப்பிட்டு பேசும்போது தமிழை 'பொன்மலை' என்று புகழ்கிறார். பொன்மலை என்பதை *QUANTITATIVE*-ஆக பார்த்தால் பெரிய மலை *QUALITATIVE*-ஆகப் பாத்தால் பொன்னாலான மலை இதை இரண்டையும் கடந்து *SPRITUAL*-ஆகப் பாத்தால் பொன்மலை என்பது கயிலை மலையைப் குறிக்கும். இந்த மூன்று கோணத்திலும் உயர்வான பொருள்தரும் பொன்மலை என்ற சொல்லை வள்ளலார் தமிழுக்குத் தரும் இடமும் அப்பாடலும் தனித்துவமானது.

"இலைக்குளநீ ரழைத்ததனில் இடங்கர்உற அழைத்ததன்வாய்த்
தலைக்குதலை மதலை உயிர் தழைப்பஅழைத் தருளியநின்
கலைக்கும்வட கலையின் முதற் கலைக்கும்உறு கணக்குயர்பொன்
மலைக்கும்அணு நிலைக்கும்உறா வன்தொண்டப் பெருந்தகையே."

(ஆளுடைய நம்பிகள் அருண்மாலை 03)

வடமொழியாகிய சமஸ்கிருதத்தில் முதற்கலை வேதம் என்றால் தமிழ் மொழயாகிய நம் மொழியில் தேவார, திருவாசகம் முதலான அருள்நூல்கள் முதல்கலை இந்த

இரண்டையும் ஒப்பீடு செய்தால், இங்கே சுந்தரமூர்த்தி சுவாமிகள் முதலை வாயில் இருந்து குழந்தையை மீட்கச்சென்று அதே ஆண்டிற்கான வயதில் அப்படியே மீட்டதற்கு காரணமான தமிழ்மொழி வடமொழியினும் மேலானது என்கிறார். வடகலையின் முதற்கலையான வேதத்திற்கும், தென்கலையின் அருள் நூல்களுக்குமான உறுகணக்கு அதாவது ஒப்பீடு பொன்மலைக்கும் அணுவுக்குமானது என்கிறார்.

இப்படியெல்லாம் தமிழை உயர உயர நினைத்தக் காரணத்தினால்தான் நீண்டநெடிய காலத்திற்குப் பின் வள்ளலாரால் இனிய தமிழ்ப் பாடல்களை இம்மண்ணிற்குத் தரமுடிந்தது. அருட்பிரகாச வள்ளலார் தம் பாடலில் பயன்படுத்திய மொழிநடை கற்றோர், கல்லாதோர், ஆகிய எல்லோரும் புரிந்துகொள்வதற்குரிய எளிமையும் இனிமையும் ஒருங்கே அமையப் பெற்றது.

பாரதியாருக்கு முன்னமே உலக வழக்கில் மக்களால் பேசப்படும் மொழி நடையினை அவ்வாறே செய்யுளாகச் செய்கின்ற யாப்புத்திறத்தை கைவரப் பெற்றவராக வள்ளலார் விளங்கினார். மக்களுக்கும் கொஞ்சமும் புரியாத கனமானச் சொற்களை வலிந்துப் புகுத்தாமல் படிக்கும் போதும் பாராயணம் செய்யும்போதும் எளிமையாகப் புரிந்து கொள்ளும்படியான மொழிநடையினை சீரும், தொடையும் சிறக்கவும், தன்மை, உவமை, உருவகம் முதலிய அணிநலன்களை அமையவும் இயல்பாகவே பாடல்கள் இயற்றும் பாத்திறத்தைக் கொண்டவராக இராமலிங்க வள்ளலார் விளங்கினார். அவருடைய பாடல்களில் மோனை, எதுகை, முரண், இயைபு, முதலிய தொடை நயங்களுக்கும் குறைவில்லை என்பதனை அவருடைய திருவருட்பாப் பாடல்களைப் படித்தின்புறும்போது அனைவரும் தெரிந்துகொண்ட செய்தியேயாகும்.

வள்ளலார் வழங்கிய பாடல்கள் ஆசிரியப்பா, வெண்பா, கலிப்பா, வஞ்சிப்பா எனும் நால்வகைப் பாக்களும், தாழிசை துறை, விருத்தம் ஆகிய பாவினங்களும், வண்ணம், சந்தம் பற்றிய யாப்பு வகைகளும், கண்ணி, கும்மி, சிந்து, கீர்த்தனம்,

நாமாவளி முதலிய இன்னிசைப் பாடல்களும், தலைவியும் தோழியும் உறழ்ந்து கூறுவனைகளும் நாடக அமைப்பில் அமைந்த உரையாடல்களும் இடம் பெற்றுள்ளதைக் காணலாம்.

வள்ளலார், தமக்கு முன்பிருந்த பெருமக்களின் தமிழ்த் திறத்தை உணர்ந்து உள்வாங்கி தன்னுள் இருந்தும் அதனை வெளிப்படுத்தினார். உதாரணமாக இவர் பாடிய கண்ணி, சிந்து முதலிய யாப்பு வகைகளில் சில தாயுமானவர் பாடல்களில் அமைந்த கண்ணி, சிந்து முதலிய யாப்பியல் வகையினை அடியொற்றியிருக்கும். தாயுமானவர் பாடலின் தொடக்கம், முதற்பகுதியின் பெயர் 'திருவருள் விலாசப் பரசிவ வணக்கம்' திருவருட்பா ஆறாம் திருமுறையிலும் முதற் பதிகம் 'பரசிவ வணக்கம்'. அதே போல சைவ சமய ஆசிரியர் நால்வரும் பாடியருளிய யாப்பு வகையினை அடியொற்றி பலப்பல பாடல்கள் திருவருட்பாவில் இடம்பெற்றுள்ளது. முன்னோர் மரபினை பிரதிபலிக்கும் பாடல்கள் சமைத்த அதே மாத்திரத்தில் இத்தமிழுலகம் காணா புதிய தமிழ் நடையினையும் இலக்கியத்தில் பாய்ச்சியவர் வள்ளலார்தான்.

'உள்றளத்தில் உண்மை ஒளி உண்டாயின்
வாக்கினிலே ஒளியுண்டாகும்
வெள்ளத்தின் பெருக்கப் போல் கலைப் பெருக்கம்
கவிப்பெருக்கும் மேவுமாயின்
பள்ளத்தில் வீழ்ந்திருக்கும் குருடரெல்லாம்
விழி பெற்றுப் பதவி கொள்வர்
தெள்ளுற்ற தமிழமுதின் சுவை கண்டார்
இங்கமரர் சிறப்புக் கண்டார்'

எனும் பாரதியின் பாடல் வள்ளலாரின் அருட்பாவைச் சொல்வதைப் போலவே தோன்றும். சாதி, சமய, மத பள்ளத்தில் வீழ்ந்திருக்கும் குருடரெல்லாம் விழிபெற்று சாகாக்கல்வி எனும் பதவி பெற திருவருட்பா சமைத்தார் வள்ளலார். இவ்விடத்தில் 'இங்கமரர் சிறப்புகண்டார்'எனும் சொற்றொடரை பார்க்கும்போது 'இகத்தே பரத்தை பெற்று

மகிழ்ந்திடுதற்கே'எனும் வள்ளலார் வாசகத்தின் வாசனை வீசுகிறது. பாரதி புகலும் தெள்ளூற்ற தமிழமுதின் சுவையில் ஒருபங்கு திருவருட்பிரகாச வள்ளலார் அருளிய திருவருட்பாவிற்கும் உண்டு! உண்டு! உண்டு! எல்லாவற்றுக்கும் மேல்வள்ளலார் தமிழிலக்கிய மரபில் ஒரு *TREND SETTER*. பந்தாடும் பாடலையும், முரசுப்பாடலையும், கும்மிப் பாடலையும் மிக எளியத் தமிழில் இவரே வழங்கினார்.

'அருட்சோதி ஆனேன் என்று
அறையப்பா முரசு
அருளாட்சி பெற்றேன் என்று
அறையப்பா முரசு'

எனும் பாடலின் எதிரொளிகள்தான்.

வெற்றி எட்டுதிக்கும் மெட்டக் காட்டு முரசே!
வேதம் என்றும் வாழ்க என்று கொட்டு முரசே!

எனும் பாரதியாரின் முரசுப் பாடலும்,

எட்டும் விளைந்ததென்று கொட்டு முரசே!
வாழ்வில் கட்டுத் தொலைந்ததென்று கொட்டு முரசே!

என்று பாரதிதாசனின் முரசுப்பாடலுமாகும்.

"கொம்மியடி பெண்ணே கொம்மியடி – இரு
கொங்கை குலுங்கவே கொம்மியடி"

என்கிற வள்ளலாரின் கும்மிப்பாடலின் தொடர்ச்சிதான்,

"கும்மியடிப் தமிழ்நாடு முழுவதும்
குலுங்கிட கைக்கொட்டி கும்மியடி"

எனும் பாரதியாரின் கும்மிப் பாடலாகும்.

பாடல் அமைப்புகளைத் தாண்டி வள்ளலாரின் பாடல்களே நேராக பின்னால் வந்த பாரதியிடத்துத் தாக்கத்தை எற்படுத்தியுள்ளன.

களக்கமறப் பொதுநடம்நான் கண்டு கொண்ட தருணம்
கடைச்சிறியேன் உளம்பூத்துக் காய்த்ததொரு காய்தான்
விளக்கமுறப் பழுக்கினுமென் கரத்திலகப்படுமோ
வெம்பாது பழுக்கினுமென் கரத்திலகப்படுமோ
கொளக்கருது மலமாயைக் குரங்கு கவர்ந்திடுமோ
குரங்கு கவராதெனது குறிப்பிலகப் படினும்
துளக்கம்அற உண்ணுவெனோ தொண்டைவிக்கிக் கொளுமோ
சோதி திருவுளம் எதுவோ ஏதும் அறிந்திலனே
(அத்துவித ஆனந்த அனுபவ இடையீடு 5)

எனவரும் திருவருட்பாவை உளங்கொண்டு,

களக்கமுறும் மார்லிநடம்நான் கண்டு கொண்ட தருணம்
கடைச்சிறியேன் உளம்பூத்துக் காய்தத்தொரு காய்தான்
விளக்கமுறுப் பழுத்திடுமோ வெதும்பி உதிர்ந்திடுமோ
வெம்பாது பழுக்கினுமென் கரத்திலகப் படுமோ
வளர்த்த பழம் கர்சன் என்ற குரங்கு கவர்ந்திடுமோ
மற்றிங்ஙன் ஆட்சிசெய்யும் அணில்கடித்து விடுமோ
துறக்கமறயான் பெற்றிங் குண்குவனோ, அல்லால்
தொண்டை விக்குமோ ஏதும் சொல்லரியதாமே

(பாரதி-கோகலே - 33)

எனக் கோகலே சாமியாரைப் பற்றிப் பாரதியார் பாடினார். இது திருவருட்பாவில் பாரதியாருக்குள்ள ஈடுபாட்டை நன்கு புலப்படுத்துவதாகும். மேற்குறித்த கோகலே சாமியார் பாடல் தலைப்பின்கீழ் “இராமலிங்க சுவாமிகள் களக்கமறப் பொதுநடம் நான் கண்டுகொண்ட தருணம் என்று பாடிய பாட்டைத் திரித்துப் பாடியது” எனப் பாரதியாரவர்களே குறிப்பிட்டு இருக்கிறார்.

நான் இங்கே பாரதியுடன் மிக நெருக்கமாக வள்ளலாரின் தமிழிலக்கியப் பாத்திறனை ஒப்புமைபடுத்துகிறேன் என்றால், அதற்குக்காரணம் இன்றைக்கு பரவலாக பாரதியாரே தமிழ்க்கவிதைகளில் புதுமை செய்தவர் என்றும் எளிமை செய்தவர் என்றும் இன்றைய தலைமுறை நினைத்துக் கொண்டிருக்கிறது. ஆனால் பாரதியாருக்கும் புதுத்தமிழின் வழிகாட்டி வள்ளலார்தான் என்பதை அறிந்துகொள்ளவே இத்தனை மெனக்கெடல்களாகும்.

வள்ளலார் வழங்கிய ஆறு திருமுறைகளும் இத்தமிழ்ச் சமூகத்தின் தமிழ்மொழியின் ஏற்றத்திற்கும், மாற்றத்திற்கும்

விளைவாகும். வள்ளலார் காணும்வண்ணம் இருந்த காலத்திலேயே அவருடையப் பலப்பாடல்கள் தமிழ்நாடு முழுவதும் பாராயணம் செய்யப்பட்டதை அறியமுடிகின்றது. கோயில்களிலும், இல்லங்களிலும்

ஒருமையுட னினதுதிரு மலரடி நினைக்கின்ற
உத்தமர் தம் உறவு வேண்டும்
உள்ஒன்று வைத்துப் புறமொன்று பேசுவார்
உறவு கலவாமை வேண்டும்
பெருமைபெறு நினது புகழ் பேசவேண்டும்
பொய்ம்மை பேசா திருக்கவேண்டும்
மருவு பெண்ணாசையை மறக்கவேவேண்டும் உனை
மறவாதிருக்க வேண்டும்
மதிவேண்டும் நின் கருணை நிதிவேண்டும் நோயற்ற
வாழ்வில்நான் வாவேண்டும்
தருமமிகு சென்னையிற் கந்தகோட்டத் துள்வளர்
தலம் ஓங்கு கந்தவேளே

(ஐந்தாம் திருமுறை தெய்வமணிமாலை 8)

போன்ற அற்புதமான இவருடைய பிரார்த்தனைப் பாடல்கள் பிரபலமாகிக்கிடந்தது. அவரவர் இம்மாதிரியானப் பாடல்களை அச்சிட்டு பாராயணப் புத்தகங்களாக்கி வைத்துக் கொண்டனர். இம்மாதிரியான செயல்களில் சிலர் பிழையோடு பாடல்களை அச்சேற்றி கிடக்கையில்தான் இதனையெல்லாம் தவிர்க்க வள்ளலாரின் பாடல்களை தொகுத்து அச்சாக்கி நூலாக்கம் செய்ய முனைந்தனர் சிலர்.

முதலில் ஐந்து திருமுறைகளாகவும் பின் ஒன்று கூட்டி ஆறு திருமுறைகளாகவும் விளங்கும் திருவருட்பா எனும் இலக்கியம் பக்தி, மரணமிலாப் பெருவாழ்வு, திருவடிப் புகழ்ச்சி என்பதைக் கடந்து எளிமையும், நுணுக்கமும், அழகும், புதுமையும் நிறைந்த தமிழ்ப்பாடல்களாகும். தமிழிலக்கிய மரபில் திருவருட்பா ஒரு மைல்கல். வள்ளலாரின் தமிழ்ப்பாடல்கள் தமிழ் வளர்ச்சியின் வரலாற்றில் ஒரு முக்கியத் திருப்பம். இயல், இசை, நாடகம் எனும் முத்தமிழுக்குமான மணி விளக்கு. திருவருட்பாப் பாடல்களை மறந்துவிட்டு தமிழின் பக்தி இலக்கியப் பெருமைகளை எழுத முடியாது. திருவருட்பாவின் இலக்கிய நடைகளை ஓரந்தள்ளிவிட்டு தமிழிலக்கியத்தின் பெருமைகளை பூரணப்படுத்த இயலாது இவை உளமாற எற்க வேண்டிய விஷயங்களாகும்.

தொண்ணூறா?
தொள்ளாயிரமா?

'எண்ணும் எழுத்தும் கண்ணெனத் தகும்'

தமிழில் எழுத்துகளைப் போலவே எண்களும் நீண்ட நெடிய மரபையும், பழமையையும் கொண்டவை. எழுத்துகள் எவ்வாறு தத்துவரீதியாக இங்கே அணுகப்படுகின்றதோ அவ்வாறே எண்ணுப் பெயர்களும் அமைந்துள்ளன. சுழியத்தின் பிறப்பு தொடங்கி கணிதத்தின் பல நுட்பங்களுக்கு இம்மண் வேராக இருந்துள்ளது.

ஆனால் தமிழில் சொல்லப்படும் எண்ணுப் பெயர்களில் ஒன்பது, தொண்ணூறு, தொள்ளாயிரம் போன்றவை மட்டும் பெருங்குழப்பத்தை ஏற்படுத்துகின்றது. ஒன்றிலிருந்து

பத்துவரையான எல்லா எண்களின் பெயர்களும் சரியாக இருப்பதாகத் தோன்றினாலும் 9 என்ற எண்ணைக் குறிக்கும் சொல் மட்டும் வேறுபட்டு இருப்பதை உணர முடிகின்றது. ஒன்று, இரண்டு, மூன்று, நான்கு, ஐந்து, ஆறு, ஏழு, எட்டு, பத்து என்ற எண்ணுப் பெயர்கள் தத்தமக்கு தனித்துவமானப் பெயரைக் கொண்டுள்ளது. ஆனால் ஒன்பது பெயரளவிலேயே வேறுபடுவதை உற்று நோக்கலாம். அதாவது மற்ற எண்கள் தன் நிறைவான பத்தினைக் குறிக்காமல் தனித்தப் பெயரில் விளங்கும்போது ஒன்பது மட்டும் பேரிலேயே பது என்று பத்தின் மறுவியத் தன்மையை விகுதியாகக் கொண்டிருக்கிறது. இங்கிருந்தே எல்லா குழப்பங்களும் தொடங்குகின்றன.

8 என்ற எண்ணுடன் 10 சேர்ந்தால் எண்பது என்றும், 5 என்ற எண்ணோடு 10 சேர்ந்தால் ஐம்பது என்றும் எண்கள் தான்கொண்ட தசத்தின் விகுதியைப் பெற்றிருக்கும் போது 9 என்ற எண் 10 என்ற எண்ணோடு சேர்ந்தால் தொண்ணூறு என்று சொல்லப்படுகிறது. இதேதான் ஆயிரத்திலும் 3×100 என்பது முந்நூறு என்றும் 7×100 எழுநூறு என்றும் குறிக்கப்படும் போது 9×100 மட்டும் தொள்ளாயிரம் என்று குறிக்கப் படுகின்றது. நூறு வருவதற்கு முன்னாலேயே 90 என்பது 'தொண்ணூறு' என்றும் ஆயிரம் தொடுவதற்கு முன்னாலேயே 900 என்பது தொள்ளாயிரம் என்றும் வழங்குவது சரியா என்ற கேள்வி எழுகின்றது.

ஒன்பது பத்துக்களைத் 'தொண்ணூறு' என்றும், ஒன்பது நூறுகளைத் 'தொள்ளாயிரம்' என்றும் வழங்குவது ஒரு பிரச்சனையா என்று கேட்கலாம். இருபது, முப்பது, இருநூறு, முந்நூறு போன்றவற்றில் இருந்து தொண்ணூறு, தொள்ளாயிரம் என்பவை முற்றிலும் வேறுபட்டிருப்பதே இந்த விமர்சனத்திற்குக்காரணமாகும்.

ஆனால் தொல்காப்பிய நூலானது 'ஒன்பது× பத்து=தொண்ணூறு' என்றும், 'ஒன்பது×நூறு=தொள்ளாயிரம்' என்றும் புணர்வதற்கான இலக்கணத்தைக் கூறுகின்றது. அதில் நிலைமொழி வருமொழி இரண்டுமே முற்றிலும் திரிந்து நிற்கின்றது. ஏனைய எண்ணுப்பெயர்கள் இவ்விதம் திரிவதில்லை என்பதை கவனிக்கவேண்டியுள்ளது. 'ஒன்பது'

எனும் நிலை மொழியைக் கொண்ட எண் மட்டும் எப்படி இவ்வாறு திரிகிறது என்பதற்கு தொல்காப்பியம்,

"ஒன்பான் ஒகர மிசைத் தகரம் ஒற்றும்
முந்தை ஒற்றே ணகாரம் இரட்டும்
பஃதென் கிளவி ஆய்த பகரம் கெட
நிற்றல் வேண்டும் ஊகாரக் கிளவி
ஒற்றிய தகரம் றகாரம் ஆகும்"

-தொல்காப்பியம்

என்று இலக்கணம் சொல்கிறது.

குறிப்பாக இந்த நூற்பா ஒன்பதும் பத்தும் இணைவதற்கு இலக்கணம் கூறுகிறது. ஒன்பது என்னும் சொல்லில் நிற்கும் ஒகரத்துடன் தகர மெய் சேர்ந்து 'தொ' என்று மாறுகிறது. 'ஒ' வை அடுத்து நிற்கும் 'னகரம்' ணகரமாய் மாறி இரட்டிக்கிறது. 'பத்து' என்னும் சொல்லில் பகரமும் ஆய்தமும் கெட்டு 'ஊ' என்னும் உயிர் தோன்றுகிறது. பத்து என்னும் சொல்லில் ஈற்றில் நிற்கும் 'து' 'று' ஆக மாறுகிறது. அத்துடன் ஒன்பது என்னும் சொல்லின் பிற்பகுதியில் நிற்கும் 'பது' என்பது மறைந்து விடுவதும் இதன் வாயிலாக புலனாகிறது. எனவே 'ஒன்பது - பத்து - தொண்ணூறு' எனப் புணர்கிறது. இதுவே இந்தத் தொல்காப்பிய நூற்பாவின் வழி நாம் அறிந்துகொள்வது. இதேபோல் 'ஒன்பது × நுறு = தொள்ளாயிரம்' எனப் புணர்வதற்குத் தொல்காப்பியம் கூறும் புணர்ச்சி இலக்கணம் பின்வருமாறு.

"ஒன்பான் முதனிலை முந்து கிளந்தற்றே
முந்தை யொற்றே ளகாரம் இரட்டும்
நூறென் கிளவி நகர மெய்கெட
ஊ ஆ வாகும் இயற்கைத் தென்ப
ஆயிடை வருதல் இகார ரகாரம்
ஈறுமெய் கெடுதல் மகாரம் ஒற்றும்"

முன்பு கூறியது போலவே இங்கேயும் 'ஒ' 'தொ' வாக மாறுகிறது. இங்கே 'ஒ' வை அடுத்து நிற்கும் னகரம் ளகரமாய் மாறி இரட்டிக்கிறது. நூறு என்னும் சொல்லில் நிற்கும் நகர மெய் கெட்டு எஞ்சி நிற்கும் 'ஊ' 'ஆ' வாக மாறுகிறது. அதனுடன் இகரமும் ரகரமும் புதிதாகத் தோன்றுகின்றன.

இறுதியில் நிற்கும் 'று' மறைந்து மகர மெய் தோன்றுகிறது. எனவே, 'ஒன்பது × நூறு = தொள்ளாயிரம்' எனப் புணர்ந்து நிற்கிறது. இதுவே நாம் சற்று முன்பு எடுத்துக்காட்டிய தொல்காப்பிய நூற்பா கூறும் இலக்கணம் ஆகும்.

தொல்காப்பியம் கூறும் இந்த இலக்கண விதிகளைச் சற்றுச் சிந்தித்துப் பார்த்தால், ஒன்பது - பத்து' என்னும் தொடர் சேரும் போது 'ஒன்பது' 'தொண்' என்றும் 'பத்து' 'நூறு' என்றும் திரிவது புலனாகும். இவ்வாறே ஒன்பது - நூறு என்னும் இரு சொற்களும் சேரும்போது ஒன்பதானது 'தொள்' என்றும், நூறானது ஆயிரம் என்றும் திரிகின்றன. எனவே, 'தொண் + நூறு = தொண்ணூறு' என்றும் தொள் + ஆயிரம் = தொள்ளாயிரம்' என்றும் புணர்கின்றன. இதையே நன்னூலும் கூறுகின்றது.

"ஒன்பானொரு பத்தும் நூறும் ஒன்றின்
முன்னதின் ஏனைய மரணி ஒவ்வொடு
துகரம் நிறீஇப் பஃது அகற்றி னவ்வை
நிரலே ண ளவாத் திரிப்பது நெறியே" - நன்னூல்

ஒன்பதுடன் பத்து வந்து புணரும்போது பத்தினை நூறாக மாற்றுதல் வேண்டும். அப்பொழுது ஒன்பது நூறு என்றாகும். பின்னர், ஒன்பது என்னும் சொல்லில் முதலில் நிற்கும் 'ஒ' வுடன்தகர மெய்யைச் சேர்க்கத் தொன்பது என மாறும். பிறகு 'தொன்பது' என்னும் சொல்லிலுள்ள 'பது' என்பதை அகற்றத் 'தொன்' என்பது எஞ்சி நிற்கும். 'தொன்' என்பதில் உள்ள 'ன்' 'ஐ', 'ண்' ஆக மாற்ற வேண்டும். இப்போது 'தொண்' என்பது நிலைமொழி. முன்பு வருமொழியான பத்தை நூறாக மாற்றி அதனை இதனுடன் சேர்க்கத் 'தொண் + நூறு = தொண்ணூறு' என அமையும்.

'ஒன்பது' என்பதுடன் 'நூறு' என்பது வந்து புணரும்போது நூறு என்னும் வருமொழியை ஆயிரமாக மாற்ற வேண்டும். அப்படி மாற்றும்போது 'ஒன்பது - ஆயிரம்' எனத் தொடர் அமையும். ஏற்கனவே குறிப்பிட்டதுபோல ஒன்பது என்னும் சொல்லிலுள்ள 'ஒ' வுடன் 'த்' சேர்ந்துத் 'தொ' என்றாக்கினால், 'ஒன்பது ஆயிரம்' என்பது 'தொன்பது ஆயிரம்' என மாறும். 'தொன்பது' என்னும் சொல்லிலுள்ள 'பது' என்பதை

நீக்கிவிட்டு எஞ்சியுள்ள 'தொன்' என்னும் சொல்லின் இறுதியில் நிற்கும் 'ன்' ஐ 'ள்' ஆக மாற்ற வேண்டும். எனவே 'தொள் - ஆயிரம்' என்னும் தொடர் உருவாகும். இந்தத் தொடரை 'தொள்ளாயிரம்' என்றும் சொல்லலாம்.

தொண்ணூறு, தொள்ளாயிரம் என்னும் எண்ணுப் பெயர்கள் இன்று என்ன பொருளில் வழங்குகின்றன என்பதே நாம் கவனத்திற்கொள்ள வேண்டியது. அதாவது, இந்த எண்ணுப் பெயர்கள் குறிக்கும் எண்கள் யாவை என்பதையே நாம் கவனிக்க வேண்டும். 'தொண்ணூறு' என்பது ஒன்பது பத்தைக்குறிக்கிறது. என்பதும், தொள்ளாயிரம் என்பது ஒன்பது நூற்றைக் குறிக்கிறது என்பதும் நமக்குத் தெரியும், தொண்ணூறு, தொள்ளாயிரம் என்னும் சொற்கள் வடிவத்தில் மற்ற எண்ணுப் பெயர்களினின்று மாறுபட்டு நின்றாலும், அவற்றின் பொருள் குறித்து நமக்கு ஐயம் ஏற்படுவதில்லை.

ஆயினும் தொல்காப்பியம் மற்றும் நன்னூலைக் கடந்து இதற்குப் புதிய விளக்கத்தை வள்ளல் பெருமான் அளிக்கிறார். இதுவே தத்துவார்த்தமாகவும் ஏற்புடையதாகவும் அமைகின்றது.

வள்ளலார் கணக்கு என்ன?

'தொண்ணூறு, தொள்ளாயிரம்' என்னும் சொற்றொடர்களில் 'தொல்' என்பது அமைந்துள்ளதாக வள்ளல் பெருமான் எண்ணுகிறார். **தொல்** என்பதற்கு ஒன்று குறைந்தது அல்லது ஒரு பங்கு குறைந்தது என்று பொருள் செய்கிறார்.

தொல் + நூறு = தொண்ணூறு, தொல் + ஆயிரம் = தொள்ளாயிரம் என்பதில் தொல் என்பது ஒன்று குறையத் தொக்கியது என புதிய விளக்கமளிக்கிறார்.

இதுவே வழக்கத்தில் தொள்ளாயிரம், தொண்ணூறு என மருவியது என்கிறார். பத்திடத்திற்கு ஒன்று குறைந்தது ஒன்பது ஆகிறது. இங்கும் 'தொல் + பத்து = தொன்பது' என மாறியபின், ஒன்பது என மாறலாம். தெலுங்கு மொழியில் ஒன்பது என்பதைத் **தொம்மதி** என இன்றும் கூறுகிறார்கள்.

மொழிஞாயிறு தேவநேயப் பாவணர் கூறுவது போல, தொண்டு + நூறு என்னும் சொற்கள் இணையும்போது தொண்டு என்னும் சொல்லிலுள்ள 'டுகரம்' கெடுகிறது. அப்போது தொண் + நூறு தொண்ணூறு என மாறலாம். ஆனால் இதே விதி தொள்ளாயிரம் எனும் தொடருக்குப் பொருந்துவதில்லை.

தொண்டு + ஆயிரம் என்னும் சொற்கள் இணையுமிடத்து டு, என்னும் எழுத்து கெடுமிடத்து, தொண் + ஆயிரம் = தொண்ணாயிரம் என ஆக வேண்டும். இப்பேதும் எட்டு - ஆயிரம் என்னும் சொற்கள் புணர்ந்து எண்ணாயிரம் எனக் கொள்கின்றோம். இது போன்றே தொண்ணாயிரம் எனவும் கூறி வந்திருக்கலாம். ஆனால் இவ்வாறு கூறுதல் வழக்கமில்லை. இந்த நிலையில் வள்ளலார் கூறுவதில் உண்மை என்ன என்று சிந்திக்க முடிகிறது.

தொல் என்றால் ஒன்று குறைந்தது:

வள்ளலார் கூறும் முறை கழித்தல் திட்டத்தில் அமைந்துள்ளது. தொல் என்பது அந்த அந்த எண்ணுக்கேற்ப ஒரெண் குறைந்துள்ளது என்பதைக் குறிக்கும் சொல். பத்து என்பதன்முன், அதில் அமைந்துள்ள ஒரு பாகம் குறைந்துள்ள எண்ணைக் காட்ட தொல் + பத்து (பத்தில் ஒன்று குறிந்தது) என அமைக்கப்பட்டது எனக் காட்டுகிறார்.

தொல் + பத்து = தொன்பது இதுவே பின் ஒன்பது என மாறிற்று எனலாம் தொல் + நூறு என்பதில் நூறு என்னும் எண்ணிலிந்து அதன் பத்தில் ஒரு பாகம் குறைந்தது தொண்ணூறு ஆகும். (அதாவது 100 - 10 = 90) இது போன்றே தொல் + ஆயிரம் என்பதில் ஆயிரத்திற்கு ஒரு பங்கு குறைந்தது தொள்ளாயிரம் என்று பெருமான் எண்ணினார். (அதாவது 1000 - 100 = 900) இவர் கூறுவதில், தற்போது புதிதாக வந்துள்ள தசமப் புள்ளி முறையும் ஒரு வகையில் அமைந்திருப்பதைக் காணமுடிகிறது.

வள்ளலார் கூறும் புணர்ச்சி

தொல் + நூறு என்னும் சொற்கள் நன்னூல் 1 - 2 37ல் கூறுவதற்கேற்ற இலக்கண முறைப்படி, தொண்ணூறு என

ஆக வேண்டும். இதேபோலவே தொல் + ஆயிரம் நன்நூல் *1 - 205* இலக்கண முறைப்படி தொல்லாயிரம் என ஆக வேண்டும். ஆனால் லகரத்திற்கப் பதிலாக 'ள' எளிது. வடிவத்தில் வேறுபாடு இருந்தாலும், இந்த இரண்டின் ஒலி வேறுபாட்டைக் கற்றோர் அன்றி மற்றோர் சுலபமாகப் புரிந்துகொள்ள இயலாது. எனவே தொல் என்பது தொள் என மாறி, தொள் + ஆயிரம் = தொள்ளாயிரம் எனவும் மாறி இருக்கலாம். இந்தக் கருத்து சுலபமாக இருக்கிறது.

ஒன்பது - தொல் - பத்து - பத்தில் ஒன்று குறைந்தது.

தொண்ணூறு - தொல் - நூறு - நூறில் பத்து குறைந்தது.

தொள்ளாயிரம் - தொல் - ஆயிரம் - ஆயிரத்தில் நூறு குறைந்தது.

முதல் கல்வெட்டாராய்ச்சியாளர் வள்ளலார்

வள்ளலார் வெளிப்பட்டுக்கிடந்த காலத்தில் சென்னை நகரத்திலிருக்கின்ற அறிஞர்களுக்கு மத்தியில் பெரிய விவாதம் ஒன்று போய்க்கொண்டிருந்தது. சென்னை, காஞ்சிபுரம் மற்றும் அதனை உள்ளடக்கியப் பகுதிகளை தொண்டை மண்டலம் என்பது சரியா? இல்லை தொண்ட மண்டலம் என்பது சரியா என்ற வாதம் தீவிரமாக இருந்தது. ஆதலால் அனைவரும் அடிகளாரை அணுகி இதற்கு விடைதரச் சொன்னார்கள். "இவ்விரண்டில் இலக்கண அமைதியும் உலக வழக்கும் உள்ளது யாது? அதனை ஒருவாறு தெரிவிக்க வேண்டும்" என்று பணிந்தார்கள்.

அதற்கு அடிகள் 'தொண்ட மண்டலம்' என்பதுதான் சரியானது என்று நிறுவி தன்னுடைய விளக்கத்தை 'நூற் பெயர் இலக்கணம்' என்ற தலைப்பில் எழுதி தான் 1855 ஆம் ஆண்டு பதிப்பித்த தொண்ட மண்டல சதகத்தோடு சேர்த்துப் பதிப்பித்தார்.

"உ - சிவமயம் - தொண்டமண்டல சதகம் இஃது படிக்காசுப் புலவரால் இயற்றப்பட்டது. கஅருச வருடம் ஜனவரி மீ ம-M-M கனம்பொருந்திய தொண்ட மண்டலம் துளுவ வேளாளர்களேற்படுத்திய இயற்றமிழ்ப் போதகசாலை இரட்சகர்த்தராகிய கொண்ணூர் ஐயாசாமி முதலியாரவர்கள் கேட்டுக்கொண்டபடி சிதம்பரம் இராமலிங்க பிள்ளையவர்களாற் பரிசோதிக்கப்பட்டு இந்துபிரஸென்னம் அச்சுக்கூடத்திற் பதிப்பிக்கப்பட்டது. இராட்சச வருடம் மார்கழி மீ"

தொண்டை மண்டலமா, தொண்ட மண்டலமா என்கிற கேள்விக்கு வள்ளலார் பல்வேறு விளக்கங்களை இதில் வழங்கினார். அதாவது சேரன் ஆண்ட மண்டலம் சேர மண்டலம் என்றும் சோழன் ஆண்ட மண்டலம் சோழ மண்டலம் என்றும் குறிப்பிடப்படுவதைப் போல ஆதொண்டன் என்பான் ஆண்ட இது ஆதொண்ட மண்டலம் என்றே அழைக்கப்பட்டிருக்க வேண்டும் என்றும் அதுவே பின்னாளில் தொண்ட மண்டலமானது என்றும் விளக்குகிறார். ஆதொண்ட மண்டலம் - தொண்டன் மண்டலம் - தொண்ட மண்டலம் என்ற மரபு வழுவக்கூடாது என்று வேண்டுகிறார்.

"சேரன்மண்டலம்-சேரமண்டலம், சோழன் மண்டலம்-சோழமண்டலம், என்பனபோ லிம்மண்டலத்திற்கு - முன்னர் துண்டீரனா லாளப் பட்டமையின், துண்டீரன் மண்டலம் - துண்டீரமண்டலம், துண்டீரன்புரம்- துண்டீரபுரம்- என்றும், பின்னர் - தண்டகனாலாளப் பட்டமையின், தண்டகன் நாடு - தண்டகனாடு - தண்டகன்புரம் - தண்டகபுரம் - என்றும், பெயர் வழங்கின. அவைபோல் - அதன் பின்னர், ஆதொண்டனா லாளப்பட்டமையின் - ஆதொண்டன்மண்டலம் - ஆதொண்ட மண்டலம்

- தொண்டன்மண்டலம் - தொண்டமண்டலமென்றே மரவு வழுவாமை வழங்கல் வேண்டும்."

மேலும் அவருடைய சுய விளக்கங்களோடு நிறுத்திக் கொள்ளாமல் காப்பியங்கள், பிரபந்தங்கள், பிரபல வித்வான்களினுடையப் பாடல்கள், ஔவை, கம்பன், ஒட்டகூத்தன் முதலானோரின் பாடல்கள் ஆகியவற்றை மேற்கோளாகக் கொண்டு தொண்ட மண்டலமே சரி என நிருபிக்கலாம் என்றும் ஆனால் அதை விரிக்கின் பெருகும் என்று கைவிடுகிறார். ஆயினும் தொண்ட நாடு எனும் பதம் குறிக்கின்ற பின்வரும் செய்யுளை ஒரு பானைச் சோற்றுக்கு ஒரு சோறு பதமாக அளிக்கிறார்.

"முக்கணான் கணநா தர்க்கு முதன்மைத்துண் டீர னாண்டு
மிக்கதுண் டீர னாடாய்த்த தண்டக வேந்தன் றாங்கித்
தக்கதண் டகனன் னாடாய்த் தபனன்மா குலத்துச் சோழன்
றொக்கதார்த் தொண்ட மான்காத் தாயது **தொண்டனாடே**"

இந்த விளக்கங்களைப் பிறகு அவரே மறுப்பதாய் எழுதி மீண்டும் தொண்ட மண்டலம் என்பதே சரி என்று நிறுவுகிறார் கூறல் - மறுத்தல் எனும் பாங்கினில் இதனைக் கையாண்டிருப்பது சிறப்பான ஒன்றாகும். நிறைவாக பல்வேறு இலக்கண ஆய்வுகளும், புணர்ச்சி ஆய்வுகளும், செய்த பின்னர் தொண்ட மண்டலமே சரி என புலப்படுவதாய் நிறைவு செய்வார்.

"பெயர்க்கோள்கட்டு. இயற்சொற்பெயர் முதலிய, சொல்விரிப் பெயர் முதலிய, செஞ்சொற்பெயர் முதலிய, சாதி கூற்றுப் பெயர் முதலிய, ஒருமொழிப்பெயர் முதலிய, உயர்திணைப்பெயர் முதலிய பாற்பெயர் முதலிய, பொதுவிற்பொதுப் பெயர் முதலிய, தன்மைப்பெயர் முதலிய, வழக்குப்பெயர் முதலிய, வெளிப்படைப்பெயர் முதலிய, வரையியனடைப்பெயர் முதலிய, உயருரிமைபெயர் முதலிய, சிறப்புநிலைப் பெயர் முதலிய, சித்துப்பொருட்பெயர் முதலிய, இடுகுறிப்பெயர் முதலிய, மரபுநிலைப்பெயர் முதலிய, எழுத்துத்தொடர்ப்பெயர் முதலிய பொருணிலைப் பகுபதப்பெயர் முதலிய, பெருஞ்சொல்லாட்சிபெயர் முதலிய, முதனூல்வாய்பாட்டுப்பெயர் முதலிய.

இலைமுதற்பெயர்ப் பாகுபாடுகளினிலக்கணங்களும், எழுத்துப் புணர்ச்சி, பதப்புணர்ச்சி, தொடர்புப்புணர்ச்சி, பொருட்புணர்ச்சி, வண்ணப்புணர்ச்சி, அளபுப்புணர்ச்சி, இயைபுப்புணர்ச்சி, சமநிலைப் புணர்ச்சி, கலவைப் புணர்ச்சி, தெரிநிலைப்புணர்ச்சி, குறிப்புப்புணர்ச்சி, வேற்றுமைப்புணர்ச்சி, ஒற்றுமைப்புணர்ச்சி, சிறப்புடைப்புணர்ச்சி, பொதுவுடைப்புணர்ச்சி, இருமைப்புணர்ச்சி முதலிய புணர்ச்சி யிலக்கணங்களும் கூர்ந்துணரார்க்குத் தொண்டமண்டல மென்பத னிலக்கணமும் புலப்படுவதன்று”

இவ்வகையில் தொண்டமண்டல சதகத்தில் அதன் பெயர்க்காரணம் குறித்த ஆய்வு உரைவிளக்கத்தை பல்வேறு கோணங்களில் அளிக்கின்ற வள்ளலார் மிக முக்கிய மேற்கோள் குறிப்பாக கல்வெட்டு ஆதாரம் ஒன்றினை வழங்குகிறார்.

“இங்ஙன முணரமாட்டாதார் ஆதொண்டச் சக்ரவர்த்தி யென்பவர் தாமரசு செய்யுங் காலத்தில் தம்மாற் கட்டுவித்த ஆலயங்களிற்றம் பெயரிலச்சினை சிலையின்கட் பொறிப்பித்தனர்; ஆண்டும் ஆதொண்ட வென்றே இலக்கண வமைதி பெற்றிருக்கின்றது; இதனை திருவலிதாயம் திருமுல்லைவாயில் முதலிய சிவ தலங்களிற் சென்றேனுங் கண்டு தெளியக் கடவர்”

என்று கல்வெட்டு சான்று காட்டி முடிக்கின்றார். மேற்காணப்படும் விளக்கமாவது, ஆதொண்டன் என்ற மன்னன் இங்கே அரசு செய்த காலத்தில் அவனுடைய ஆணையின்கீழ் கட்டப்பட்ட ஆலயங்களின் கல்வெட்டுகளில் அவன் பெயரினைப் பொறித்துள்ளான் என்பதால் திருவலிதாயம் (பாடி), திருமுல்லைவாயில், முதலான தொண்டமண்டலக் கோயில்களில் சென்று அங்கு பொறிக்கப்பட்டக் கல்வெட்டை நன்றாக பார்த்து படிக்குமாறு அனைவருக்கும் உபதேசிக்கிறார். வள்ளலார் குறிப்பிடும் திருவலிதாயம், திருமுல்லை வாயில் கோயில் கல்வெட்டுகளில் ‘தொண்ட மண்டலம்’ என்றே பொறிக்கப்பட்டுள்ளது.

இவ்விளக்கவுரையைக் காணும்போது நாம் அதிசயிக்கக் காரணமாவது யாதெனில் வள்ளலார் இலக்கண ஆராய்ச்சி, செய்யுள் ஆராய்ச்சி, சொல்லாராய்ச்சியோடு கல்வெட்டு ஆராய்ச்சியிலும் வல்லமை கொண்டவராய் இருப்பதேயாகும் இதுகுறித்துச் சிலாகித்துச் சொல்லும் ஊரனடிகள்

"அடிகளுக்குச் சமகாலத்திலிருந்த பெரும்புலவர்களெல்லாம் கல்வெட்டுகளைப் பற்றி நினைந்ததும் இல்லை. சா்சன ஆராய்ச்சி (EPIGRAPHY) தொல் பொருளாராய்ச்சி (ARCHAEOLOGY) ஆகிய இரண்டும் மேலே நாட்டார் நமக்களித்த கருவூலங்களாம். பத்தொன்பதாம் நூற்றாண்டின் இடைப்பகுதியில் விருதுறைகள் அரசாங்கத்தால் அமைக்கப் பட்டன. அறிஞர் பலர் தனித்த முறைலும் இக்கலைகளுக்குப் பெருந்தொண்டாற்றியுள்ளனர். தமிழ்ப் புலவர்களெல்லாம் கல்வெட்டுகளிற் கவனஞ்செலுத்தா காலத்தில் அடிகள் கல்வெட்டுகளை ஆராய்ந்தனரெனின் அடிகளது கலைப் புலமையை அளவிடுதலெங்ஙனமோ? அடிகள் தமிழ் நாட்டின் முதல் கல்வெட்டாராய்ச்சியாளர் ஆவர்".

என்று தொண்டமண்டல சதகத்தினைப் பற்றி எழுதும்போது தன்னுடைய இராமலிங்கரும் தமிழும் நூலில் குறிப்பிடுகின்றார்.

வள்ளலாரின் தமிழ்க் கொடை

செம்மொழியாக விளங்கக்கூடிய தமிழ் மொழியின் இளமைக்கும், வளமைக்கும், செழுமைக்கும் காரணம் அது கொண்டிருக்கும் செம்மையான இலக்கியங்களேயாகும். புறநானூறு, அகநானூறு முதலிய சங்கத்தமிழ்ப் பனுவல்களும், திருக்குறள், நாலடியார் முதலிய அறநூல்களும், சிலப்பதிகாரம், மணிமேகலை முதலான காப்பியங்களும், கலம்பகம், உலா முதலான சிற்றிலக்கியங்களும் எவ்வளவிற்கு தமிழ்த்தாயின் தூலத்தை (உடலை) அலங்கரித்து நிற்கின்றனவோ அதே போன்று தேவாரம், திருவாசகம், திருப்புகழ் முதலான அருள் நூல்கள் தமிழ்த்தாயின் ஆன்மாவை சுடர்விடச் செய்கின்றன என்பதும் சத்தியமாகும்.

தமிழின் சாகாத் தன்மைக்கு இவ்வருள் நூல்களும் ஒரு காரணமாகும். தமிழிலிருந்து பக்தியைப் பிரித்துவிட்டால் தன் இனிமைத் தன்மை சுவை குன்றும் என்கிற வாதம் பலருக்கு வருத்தத்தை ஏற்படுத்தலாம். ஆனால் அதுதான் உண்மையும் கூட. தேவார, திருவாசகங்களையும், நாலாயிர திவ்யப் பிரபந்தங்களையும் உணர்ந்து படித்த யாரும் இக்கருத்தைப் புறக்கணிக்க மாட்டார்கள்.

அருள் மொழியாக நம்தமிழ் விளங்குவதாலேயே இதில் அருள் நூல்கள் உருவாகின, உருவாகிக் கொண்டிருக்கின்றன இனியும் உருவாகும். தமிழின் பக்தி இலக்கிய மரபில் திருமுறை, திருவாசகம், திருப்புகழ், என்கின்ற அருள்நூல்களின் வரிசையில் கடும்பாறை நெஞ்சிலும் கருணை வந்துப் பொங்க திருவருட்பிரகாச வள்ளலார் திருவாய் மலர்ந்தருளிய திருவருட்பா ஓர் அருட்கொடை அஃதொரு தமிழ்க்கொடை.

திருஞானசம்பந்தர், திருநாவுக்கரசர், சுந்தரர் ஆகிய சமயக் குரவர்கள் பாடிய நூல்கள் தொட்டு சேக்கிழார் பெருமான் அருளிய பெரியபுராணம் வரையான நூல்கள் 'திருமுறை' என்றும், மாணிக்க வாசகர் அருளியப் பாடல்கள் 'திருவாசகம்' என்றும், அருணகிரி நாதர் பாடியப்பாடல்கள் 'திருப்புகழ்' என்றும் திருஓங்கிப் பெயர்கொண்ட தன்மை பின்னால் வந்த பக்தி இலக்கியங்களுக்கு கிடைக்கவில்லை, பட்டினத்தார் பாடிய பாடல்கள் அனைத்தும் 'பட்டினத்தார் பாடல் திரட்டு' எனவும் தாயுமான சுவாமிகள் தந்த பாடல்கள் அனைத்தும் 'தாயுமானவர் பாடல் திரட்டு' என்றும், குமரகுருபரர் அருளிய அனைத்தும் 'குமரகுருபரர் சுவாமிகள் பிரபந்தத் திரட்டு' எனவும், சிவப்பிரகாச சுவாமிகள் அருளியப் பாடல்கள் அனைத்தும் 'சிவப்பிரகாச சுவாமிகள் பிரபந்தத்திரட்டு' எனவும் அவரவர்ப் பெயர்களிலேயே வழங்கும் தன்மையே பின்னாட்களில் உருவானது. ஆனால் அவர்களுக்குப் பின் வந்த வள்ளலாரின் பாடல்கள்களின் தொகுப்பே மீண்டும் திருஓங்கி 'திருவருட்பா' எனும் தனிச்சிறப்பைப் பெற்றது. தனிப்பெருங் கருணையுடைய அருட்பெருஞ்ஜோதியைப் பாடியதாலேயே இத்தனிப் பெரும் சிறப்பை வள்ளலாரின் பாடல்கள் பெற்றுள்ளன.

வள்ளலார் தன்னுடைய வாழ்வை சென்னையிலும், கருங்குழியிலும், வடலூரிலும் நிறைவாக மேட்டுக்குப்பத்திலும் அமைத்துக்கொண்டவர். ஆறு திருமுறைகளாகப் பகுக்கப்பட்டுள்ள திருவருட்பா இந்த நான்கு இடங்களிலும் பல்வேறு காலச் சூழல்களில் எழுதப்பட்டவை

கந்த கோட்டப் பகுதி (1823 - 1835) - வயது 1 - 12

திருவொற்றியூர்ப் பகுதி (1835 - 1858) - வயது 12 - 35

பூர்வஞான சிதம்பரப் பகுதி (1858 - 1867) - வயது 35 - 44

சித்திவளாக பகுதி (1870 - 1867) வயது 47 - 51

(சிவாலயம் வெளியிட்ட திருவருட்பா முதல் ஐந்து திருமுறைகள் நூலில் குறிப்பிட்ட ஆண்டுக்கணக்கை அப்படியேக் கொண்டு அமைத்துள்ளோம்)

"ஆண்டாறு மூன்றாண்டில் ஆண்டுகொண்ட அருட்கடேலே"

என்று பாடுவதன் மூலம் ஒன்பது வயதிலேயே இறைவனால் வள்ளலார் ஆட்கொள்ளப்பட்டுவிட்டார் என்பதை அறியமுடிகிறது.

"பாடும் வகை அணுத்துணையும் பரிந்தறியாச் சிறிய பருவத்தே அணிந்தணிந்து பாடும்வகை புரிந்து" என்று பாடுவதால் கிட்டத்தட்ட ஒன்பதாம் அகவைத் தொட்டே வள்ளல் பெருமான் பாடல்களை பாடவும் எழுதவும் தொடங்கிவிட்டார் என்பதை உணரலாம். ஒன்பது வயது முதல் சித்தி பெற்ற நாள்வரையும் பல்வேறு இடங்களில், பல்வேறு பக்தி நிலையில், பல்வேறு சூழல்களில் பாடப்பட்டதே திருவருட்பாவாகும். இன்றைக்கு அது தமிழ் பக்தி இலக்கிய வரலாற்றில் தனக்கென்றும், தமிழுக்கென்றும் தனிப்பெருமையைக் கொண்டு விளங்குகின்றது-

எங்கள் களங்கமில்லா கலங்கரை விளக்கமான தமிழவேள் சிவாலயம் ஜெ.மோகன் அவர்கள் அறிவின் நிழலில் இருந்து திருவருட்பாவின் ஆறுதிருமுறைகளும் 5, 3, 2, 1, 4, 6 என்ற வரிசையில் பாடப்பட்டவை என்பதையும் 5, 3, 2, 1 ஆகிய நான்கு திருமுறைகள் வள்ளலார் சென்னையில் இருந்த

காலத்திலும் 4, 6 ஆகிய திருமுறைகள் வடலூரில் இருந்த காலத்தில் பாடப்பட்டவை என்பதையும் புரிந்து கொள்ள முடிகின்றது. (இதற்கான விளக்கத்தை சிவாலயம் ஜெ. மோகன் அவர்கள் பதிப்பித்த திருவருட்பா உரைநடை நூலின் பக்கம் 45 - 47 இல் கண்டு தெளிந்து கொள்க)

அதேபோல ஆறாம் திருமுறை இன்ன வரிசையில் பாடப்பட்டுள்ளன என்பதற்கான ஆதாரங்கள் இல்லாததால் நாம் பாலகிருஷ்ணபிள்ளை அவர்களின் முதல் பதிப்பைப் பின்பற்ற வேண்டியுள்ளது. இவர் ஆறாம் திருமுறையை முன்பகுதி பூர்வஞான சிதம்பரம், இடைப்பகுதி உத்தர ஞான சிரம்பரம், கடைப்பகுதி சித்திவளாகம் என்று மூன்றாகப் பிரித்துப் பதித்துள்ளார். திருவருட்பாவின் பல பதிகங்களுக்கு அடிகளே பெயரிட்டிருக்கிறார். அவ்வாறு அடிகளாரால் பெயரிடப்படாத பதிகங்களுக்கு அவருடைய மாணாக்கரான வேலாயுதம் அவர்களும் சோடசாவதானம் சுப்பராயர் அவர்களும் பெயரிட்டுப் பதிப்பித்திருக்கிறார்கள். அவ்விதம் அடிகளாள் அருளிய ஆறு திருமுறைகளின் பதிகங்கள் பின்வருமாறு

முதலாம் திருமுறை

திருவடிப்புகழ்ச்சி

விண்ணப்பக்கலிவெண்பா

நெஞ்சறிவுறுத்தல்

சிவநேசவெண்பா

மகாதேவமாலை

திருவருண்முறையீடு

வடிவுடைமாணிக்கமாலை

இங்கிதமாலை

இரண்டாவது திருமுறை

புண்ணியவிளக்கம்

அருணாம விளக்கம்

ஸ்ரீ சினிஷண்முகநாம சங்கீர்த்தன லகரி

நமச்சிவாயசங்கீர்த்தனலகரி

நற்றுணைவிளக்கம்

திருவருள்வழக்கவிளக்கம்

சிவ புண்ணியத்தேற்றம்

முத்தியுபாயம்

அவலத்தமுங்கல்

பழமொழி மேல்வைத்துப் பரிவுகூர்தல்

அபராதத்தாற்றாமை

அருளியல்வினாவல்

திருமுல்லைவாயில் திருவிண்ணப்பம்

காட்சிப்பெருமிதம்

கொடைமடப்புகழ்ச்சி

திருவருள்வேட்கை

அபராதவிண்ணப்பம்

அறிவரும்பெருமை

அருள்விடைவேட்கை

எழுத்தறியும்பெருமான்மாலை

நெஞ்சொடுநேர்தல்

திருப்புகழ்விலாசம்

திருச்சாதனத்தெய்வத்திறம்

தியாகவண்ணப்பதிகம்

ஆடலமுதப்பத்து

திருவடிச்சரணபுகல்

சிவானந்தப்பத்து

சந்நிதிமுறையீடு

தவத்திறம்போற்றல்

நெஞ்சுறுத்ததிருநேரிசை

சிகாமணிமாலை

கலிமுறையீடு

எதிர்கொட்பத்து

நெஞ்சொடுநேர்தல்

நெஞ்சறைகூவல்
நெஞ்சைத்தேற்றல்
நெஞ்சறிவுறூஉ
நெடுமொழிவஞ்சி
பற்றின்றிறம்பகர்தல்
அடிமைத்திறத்தலைசல்
அவத்தொழிற்கலைசல்
நாளவத்தலைசல்
அவலமதிக்கலைசல்
ஆனாவாழ்வினலைசல்
அருட்டிறத்தலைசல்
திரு விண்ணப்பம்
பிரசாத விண்ணப்பம்
வழிமொழி விண்ணப்பம்
சிறுமை விண்ணப்பம்
ஆற்றா விண்ணப்பம்
இரங்கல் விண்ணப்பம்
காதல் விண்ணப்பம்
பொருள் விண்ணப்பம்
கொடி விண்ணப்பம்
நாடக விண்ணப்பம்
திருவண்ண விண்ணப்பம்
மருட்கை விண்ணப்பம்
கொடைமட விண்ணப்பம்
சிறு விண்ணப்பம்
பெரு விண்ணப்பம்
திருக்காட்சிக்கிரங்கல்
திருவருட்கிரங்கல்
எண்ணத்திரங்கல்
நெஞ்சுநிலைக்கிரங்கல்

தனிமைக்கிரங்கல்
கழிபகற்கிரங்கல்
அர்ப்பித்திரங்கல்
அச்சத்திரங்கல்
புறமொழிக்கிரங்கல்
கருணைபெறாதிரங்கல்
திருவருட்பதிகம்
பிராசாதப்பதிகம்
பிரார்த்தனைப்பதிகம்
திருப்புகற்பதிகம்
சிந்தைத்திருப்பதிகம்
உய்கைத்திருப்பதிகம்
ஆனந்தப்பதிகம்
திருவண்ணப்பதிகம்
போற்றித்திருப்பதிகம்
விண்ணப்பத்திருப்பதிகம்
தரிசனப்பதிகம்
அபராதவிண்ணப்பம்
கலிவிண்ணப்பம்
கருணை விண்ணப்பம்
அடிமைப்பதிகம்
உள்ளப்பஞ்சகம்
சரணப்பதிகம்
நெஞ்சொடுநெகிழ்தல்
பொதுத்தனித்திருவெண்பா
திருக்குறிப்புநாட்டம்
தனித்திருப்புலம்பல்
பரமராசியம்
திருப்புகழ்ச்சி
தனித்திருவிருத்தம்

அறநிலைவிளக்கம்
அருணிலைவிளக்கம்
திருமருந்தருணிலை
திருவருள்விலாசம்
சிவசிதம்பரசங்கீர்த்தனம்
100.அம்மைதிருப்பதிகம்
கலைமகளார்திருப்பதிகம்
ஆனந்தக்களிப்பு
பாக்கியர்க்கறிவுறுத்தல்
வெண்ணிலா
நடேசர்கொம்மி
சிலதா ஸம்வாதம்

கீர்த்தனை

தெண்டனிட்டே
இன்னந்தயவு
வினைவுத்தரம்
நற்றாய்கவன்றது
சல்லாபலகரி
வேட்கைக்கொத்து
முன்னமுடிபு

முன்றாந்திருமுறை

திருவுலாப்பேறு
நாரையுங்கிளியும் நாட்டுறு தூது
இரங்கன்மாலை
திருவுலாவியப்பு
சல்லாபவியன்மொழி
இன்பக்கிளவி
இன்பப்புகழ்ச்சி
திருவுலாத்திறம்
வியப்புமொழி

புணராவிரகு பொருந்துறு வேட்கையினிரங்கல்
குறியாராய்ச்சி
காட்சியற்புதம்
ஆற்றாக்காதலினிரங்கல்
திருக்கோலச்சிறப்பு
சோதிடநாடல்
திருவருட்பெருமிதம்
காதற்சிறப்புகதுவாமாண்பு
ஆற்றாவிரம்
காதன்மாட்சி

நான்காந் திருமுறை
அன்புமாலை
அருட்பிரகாசமாலை
பிரசாதமாலை
ஆனந்தமாலை
பத்திமாலை
சௌந்தரமாலை
அதிசயமாலை
அபராதமன்னிப்புமாலை
ஆளுடையபிள்ளையார் அருண்மாலை
ஆளுடையவரசுகள் ஆரண்மாலை
ஆளுடைய நம்பிகள் அருண்மாலை
ஆளுடையவடிகள் அருண்மாலை

ஐந்தாந் திருமுறை
சித்திவிநாயகர் பதிகம்
வல்லபைகணேசர் பிரசாதமாலை
கணேசத்திருவருண்மாலை
தனித்திருமாலை திருத்தணிகைப்பதிகம்
பிரார்த்தனைமாலை
வண்ணப்பத்து

செழுஞ்சுடர்மாலை
குறையிரந்தபத்து
ஜீவசாட்சிமாலை
ஆற்றாமுறை
இரந்தவிண்ணப்பம்
கருணைமாலை
மருண்மாலைவிண்ணப்பம்
பொறுக்காப்பத்து
வேட்கைவிண்ணப்பம்
ஆறெழுத்துண்மை
போக்குரையீடு
பணித்திறம்வேட்டல்
நெஞ்சொடுபுலத்தல்
புன்மைநினைந்திரங்கல்
திருவடிசூடவிழைதல்
ஆற்றாவிரக்கம்
ஏழைமையினிரங்கல்
பணித்திறஞ்சாலாப்பாடிழிவு
காணாப்பத்து
பணித்திறஞ்சாலாமை
குறைநேர்ந்தபத்து
முறையிட்டபத்து
நெஞ்சவலங்கூறல்
ஆற்றாப்புலம்பல்
திருவருள் விழைதல்
புண்ணிநீற்றுமான்மியம்
உறுதியுணர்த்தல்
எண்ணத்தேங்கல்
கையடைமுட்டற்கிரங்கல்
பொது

நாளவம்படாமைவேண்டல்
அன்பிற்பேதுறல்
கூடல்விழைதல்
தரிசனைவேட்கை
நாளெண்ணிவருந்தல்
ஏத்தாப்பிறவியிழிவு
பவனிச்செருக்கு
திருவருட்பேற்றுவிழைவு
செல்வச்சீர்த்திமாலை
செவியறிவுறித்தல்
தேவவாசிரியம்
இங்கிதப்பத்து
போற்றித்திருவிருத்தம்
தனித்திருத்தொடை
திருவருள்விலாசப்பத்து
சண்முகர்கொம்மி
சண்முகர்காப்பாட்டு
தெய்வமணிமாலை
கந்தர்சரணப்பத்து
ஆறாந் திருமுறை
அருட்பெருஞ்ஜோதி அகவல்
பரசிவவணக்கம்
பதிவிளக்கம்
அருட்பெருஞ்ஜோதி அஷ்டகம்
பதிவிளக்கம்
திருவடிநிலை
பரசிவநிலை
ஆற்றாமை
ஆற்றாமை
ஆற்றாமை

முறையீடு
அடியார்பேறு
ஆத்துமவிசாரத்தழுங்கல்
அவாவறுத்தல்
திருவருட்பெருமை
பிரிவாற்றாமை
சிற்சபைவிளக்கம்
திருவடிமுறையீடு
தற்சுதந்தரமின்மை
வாதனைக்கழிவு
அபயத்திறன்
பிரிவாற்றாமை
நெஞ்சொடுகூறல்
நெஞ்சொடுகிளத்தல்
நெருசொடுகிளத்தல்
திருமுதுகுன்றம்
திருப்பள்ளியெழுச்சி
சிற்சத்திதுதி
இன்பத்திறன்
நடராஜபதிமாலை
சற்குருமணிமாலை
வைத்தியநாதர்பதிகம்
திருவொற்றியூர் ஞானசிகா மணி தோத்திரம்
அத்துவிதானந்தத்தநுபவ விடையீடு
தற்போதவியப்பு
மாயாவிளக்கம்
பிரியேனென்றல்
திருவருட்பேறு
பத்திவைராக்கியம்
ஆற்றாமை

பிரிவாற்றாமை
வேண்டுகோள்
சிவானந்தத்தழுங்கல்
வாதனைக்கிரங்கல்
திருவடிப்புகழ்ச்சி
வரம்பில்வியப்பு
இதுவுமது
இதுவுமது
இதுவுமது
இதுவுமது
அச்சோப்பத்து
சிவானந்தநிலை
ஆற்றாமைகூறல்
இதுவுமது
திருநடப்புகழ்ச்சி
ஆனந்தநித்திரை
திருவருட்புகழ்ச்சி
திருவருட்பெருமை
இதுவுமது
அனுபவஈடு
இதுவுமது
கைம்மாறின்மை
இதுவும் அது
திருவரும்பேறு
சுதந்தரமின்மை
ஆனந்தாநுபவம்
சிவபுண்ணியப்பேறு
வேண்டுகோள்
அருட்ஜோதிக்காட்சி
அடிமைப்பேறு

உத்தரஞானசிதம்பர மான்மியம்
திருவருட்பேறு
அருட்கொடைபுகழ்ச்சி
பாமாலைபேற்றல்
திருவருட்கொடை
அநுபவசித்தி
சுத்ததேகம்
கைம்மாறின்மை
குறையிரத்தல்
தத்துவவெற்றி
சத்தினிபாதத்தடைவு
சுத்தசிவநிலை
அந்தோப்பத்து
உலகப்பேறு
திருக்கதவந்திறத்தல்
பிள்ளைச்சிறுவிண்ணப்பம்
பிள்ளைப் பெருவிண்ணப்பம்
சுத்தசன்மார்க்க வேண்டுகோள்
ஆன்மதரிசனம்
சித்திவிளைவு
அநுபோகநிலயம்
திருமுன்விண்ணப்பம்
முறையீடு
அருள் விளக்கமாலை
உபதேசவுண்மை
வேண்டுகோள்
சிவயோகநிலை
உய்வகைகூறல்
உறுதிகூறல்
இதுவுமது

ஞானசரியை
ஆன்மநேயரிமை
தாயகூறல்
பாங்கிதலைவிபெற்றி யுரைத்தல்
தலைவி தலைவன்செயலைத் தாய்க்குரைத்தல்
நற்றாய்செவிலிக்குக்கூறல்
தோழிக்குரிமைகிளத்தல்
தலைவிகூறல்
தலைவிபாங்கிக்குரைத்தல்
அநுபவமாலை
தலைவிவருந்தல்
திருவடிப்பெருமை
சமரசநிலை
தனிப்பாடல்கள்
சுப்ரமணியர்
அபயம்
சரணடைதல்
சிவானந்தநிலை
அநுபவநிலை
மாயைநீக்கம்
வேண்டுகோள்
சுத்தசன்மார்க்கவேண்டுகே
உண்மைவிளக்கம்
விண்ணப்பம்
மதுவிலக்கு
நடராஜ அலங்காரம்
சன்மார்க்கமுரசு
நடனக்காட்சி
திருத்தொண்டர் அடிப்பெருமை
பராபரன் உண்மைநிலையம்

திருவருண்முறையீட்டுக் கண்ணி
பேரன்புக்கண்ணிகள்
வருகைக்கண்ணி
வேட்கைக்கண்ணி
ஆடலமுதக்கண்ணி
திருவுந்தியார்
மெய்யருள் வியப்பு
ஆனந்தமேலீடு
நெஞ்சொடுளித்தல்
கீர்த்தனைகள்
ஆனந்தமேலீடு
பிரபஞ்சவெற்றி
ஆனந்தக்களிப்பு
வெறிவிலக்கு
பல்வகைய தனிப்பாடல்கள்
பெரியநாயகியம்மை தோத்திரம்
துலுக்காணத்தம்பேரில் பஞ்சரத்தினம்
சிங்கபுரிக்கந்தர் பதிகம்
நாமாவுளி
ஸ்ரீராமநாமத் திருப்பதிகம்
திருவெவ்வளூர் ஸ்ரீவீர்ராகவப்பெருமாள்
போற்றித்திருப் பஞ்சகம்
திருக்கண்ணமங்க இலக்குமி தோத்திரம்
குடும்பகோஷம்
குருதரிசனப்படலம்
முயற்சிப்படலம்
வருதருணப்படலம்
திருக்காப்பிட்டுக்கொண்டருளிய திருப்பாடல்

உண்ணாவிரம் தந்த உன்னத அருட்பா

இறுக்கம்
இரத்தின முதலியார்

சிவானந்தபுரம்
செல்லப்பய முதலியார்

புதுவை
வேலு முதலியார்

இன்றைக்கு திருவருட்பா தமிழுலகத்திற்குக் கிடைத்ததற்கு நாம் மிகவும் நன்றிக்கடன் பட்டவர்களுள் ஒருவர் இறுக்கம் இரத்தினம் முதலியார் ஆவார். 1857ஆம் ஆண்டுவாக்கில் சென்னை வாழ்க்கையை நீத்து வடலூர்ப் பக்கமாக வள்ளலார் சென்ற பின்பு, பெருமானின் பாடல்களைத் தொகுத்து நூலாய் வெளியிட வேண்டும் என்பது இரத்தினம் அவர்களின் மிகப் பெரும் வாஞ்சை. ஆனால் இதனை நடத்திக்கொள்ள இரத்தினம் அவர்கள் ஏழாண்டுகள் தவங்கிடந்தார் என்பதை ச.மு.கந்த சாமிப் பிள்ளை அவர்கள் எழுதிய சரித்திரக் குறிப்பில் இருந்து அறியமுடிகின்றது.

1860 ஆம் ஆண்டு முதலே வள்ளலாரின் அருட்பாடல் களை தொகுத்து வெளியிடவேண்டும் என்ற முயற்சியை இறுக்கம் இரத்தினம் அவர்கள் செய்யத் தொடங்கினார். பெருமானிடம் உள்ள பாடல் ஏடுகளை தம்மிடம் தந்தருளுமாறு இரத்தினம் பலமுறை வேண்டியும் வள்ளலார் அதனை வழங்க முற்படவில்லை. அவருடையப் பாடல்கள் அச்சாவதை விரும்பாமல் இருந்தார்.

பொறுக்க முடியாமல் தவித்த இறுக்கம் இரத்தினம் அவர்கள் 30/12/1860 ஆம் நாள் பெருமானிடமும், பெருமானை அடுத்துள்ளவர்களிடமும் உள்ள ஏடுகளை அனுப்பி வைக்கும் படியும், வள்ளலாரின் அத்தகையப் பாடல்கள் கொண்ட கட்டு தபால் மூலமாகத் தனக்கு வந்து சேரும்வரை ஒருவேளையே உணவு கொள்வேன் என்று முடிவெடுத்துள்ளதாகவும் பெருமானுக்கு கடிதம் எழுதினார். எழுதியதைப் போல ஒருவேளை உணவை மட்டுமே உட்கொண்டார்.

பசியறாது அயர்ந்தவர்களைக் கண்டு துடிதுடித்துப்போகும் வள்ளலார் எப்படி இதனைத் தாங்கிக் கொள்வார். உடனே இக்கடிதம் கண்ட வள்ளல் பெருமான் தாமியற்றிய பாடல்களின் ஏடுகளை இரண்டு திங்களில் அனுப்பி வைப்பதாகவும், பாடல்களைப் பெறும்வரை ஒரு வேளை உணவை மட்டுமே கொள்வேன் என்ற நோன்பை தவிர்த்துக்கொள்ளும்படியும், அவ்வாறு செய்வதாய்க் கடிதம் மூலப் தெரிவிக்கும் வரை தாமும் தினமும் ஒரு வேளை உணவையே உண்ண இருப்பதாகவும் தம்மீது ஆணையிட்டு 30.12.1860 ஆம் ஆண்டு மறு கடிதம் எழுதினார்

உ

சிவமயம்

நற்குணங்களெல்லாவற்றிற்கும் இடனாகிய நன்மனக் கருவியொடு எனது இதயத் திடைவிடாது இருக்கின்ற சிரஞ்சீவி இரத்தின முதலியாரவர்கட்கு சிவானுக்கிரகத்தால் தீர்க்காயுளும் சிவஞானமும் சகல சம்பத்தும் மேன்மேல் உண்டாவதாக.நாளது வரையில் இவ்விடத்தில் யானும் M – M நாயக்கரவர்களும் க்ஷேமம்.

தமது சுபசரித்திரங்களைக் கேட்க ஆசையுள்ளவனாக விருக்கிறேன். எனக்கும் நாயக்கரவர்களுக்கும் தபால் மார்க்கமாகத் தாம் அனுப்பிய கடிதங்கள் வந்து சேர்ந்து சங்கதிகளைத் தெரிந்து கொண்டேன்.

நான் சென்னப்பட்டனம் விட்டு இவ்விடம் வந்த நாள் தொடங்கி இன்றைய நாளது வரையில் பாடிய பாடல்கள் பல. அவைகளை முழுதும் எழுதி வைக்க வேண்டுமென்கிற லக்ஷியம் எனக்கு இல்லாமையால் அப்படி சிதறிக் கிடக்கின்றன. ஆயினும் அவைகளைச் சேர்ப்பிக்க சுமார் இரண்டு மாதம் பிடிக்கும். ஆனால் நான் பங்குனி மீ அவசியம் வருகிறேன். வரும்போது கொண்டு வருகின்றேன். இது உண்மை எவ்விதமாவது 2 மாதத்திற்குள் தமது இடத்தில் இருக்கச் செய்கிறேன். குமாரசாமி பிள்ளை சண்முகப் பிள்ளை ரெட்டியார் இவாள் இடங்களில் தற்காலம் இருக்கின்ற பாடல்கள் சுமார் 500- க்கு உட்பட்டதாகவே இருக்கும். வெளிப்பட்ட பாடல்கள் பல. ஆகலால் மன்னிக்க வேண்டும்.

அன்புள்ள என் கண்மணிபோன்ற தாம் இனி இதனடியில் எழுதுகின்ற வண்ணம் செய்யப் பிரார்த்திக்கிறேன். அதாவது இந்தப் பாடல்கள் பங்கியில் அனுப்பி என்னிடஞ் சேர்கின்ற பரியந்தம். நான் ஒரு வேளை போசனந்தான் செய்வேன் என்று எழுதியதைப் பார்த்த பின்பு நான் சாப்பிடுகிற சாதம் உடம்பில் பொருந்தவில்லை. பட்டினி கிடந்தவனைப் போல இருக்கிறேன். ஆதலால் என்னை நிம்மதியுள்ளவனாக்க எண்ணங்கொண்டு ஒரு வேளை போசனங் கொள்ளுகிற நிபந்தனை நீக்கி உடனே தபாலில் எனக்குத் தெரிவித்தால் அல்லது நான் சலிப்பைத் தவிரேன். ஒரு வேளை போசனம் உள்ளவனாகவே இருப்பேன். இது சத்தியம். என்மேல் ஆணை. தாம் மேற்குறித்த நிற்பந்த எற்பாட்டைத் தவிர்த்து உடனே யெனக்குத் தெரியப்படுத்த வேண்டும். 2 மாதத்திற்கு பின்பு பாடல்கள் அவசியம் சேரும்.

மார்கழி மீ சிதம்பரம்
யஅஉ இராமலிங்கம்

சென்னப்பட்டணம் பெத்துநாய்க்கன் பேட்டை ஏழு
கிணத்துக்கு அடுத்த வீராசாமிப் பிள்ளைத் தெருவில் கலக்டர்
கச்சேரி M – M சுப்பராயப் பிள்ளை யவர்கள் வீட்டிற்கு
எதிர்வீட்டில் M – M ரத்தின முதலியார் அவர்களுக்கு வருவது.

இவ்வகையே அரும்பாடுபட்டு, தவமிருந்து, உண்ணா நோன்பிருந்து திருவருட்பா அச்சாகி வெளிக் கொணரப்பட்டதன் பெருமை இறுக்க இரத்தினம் அவர்களையே சாரும். அதே போல் வள்ளலார் அருளியப் பாடல்களை 'திருவருட்பா' எனவும், அதன் பகுதிகளை 'திருமுறை' எனவும் பாடல்களை ஆறு பகுதிகளாகப் பிரித்து வகுத்தவரும், இராமலிங்கஅடிகளார்க்கு நூலின் அட்டைப்பகுதியில் 'திருவருட்பிரகாச வள்ளலார்' என்று பெயர் சூட்டியவரும் பெரும்புலவர் தொழுவூர் வேலாயுதம் அவர்களே ஆவார்.

சுந்தரக்கை சாத்திய திருவேடு

தெய்வமணி மாலை தொட்டு ஆறாம் திருமுறை வரையுமான எல்லா அருட்பாப் பாடல்களும் வள்ளல் பெருமான் திருக்கரத்தாலேயே எழுதி வெளிக்கொணரப் பட்டவையாகும். திருவருட்பா 6000 பாடல்களைக் கொண்டதாகச் சொல்லப்பட்டாலும் பொதுவில் 5818 என்பதே ஆய்வாளர்களின் கருத்தும் பதித்தப் பாடல் அளவும் ஆகும். இந்த 5818 திருவருட்பாப் பாடல்களில் பெரும்பாலானவற்றுக்கு வள்ளலாரின் கையெழுத்து மூலங்களே கிடைத்துள்ளன.

அவ்வாறு கிடைத்தவை பனை ஓலைகளிலும், காகிதத்தாள்களிலும், நோட்டுப் புத்தகங்களிலும் உள்ளன. இதுவரை கிடைத்தவையினை ஆராயுமிடத்து *1, 2, 3, 5* ஆகிய திருமுறைகளின் மூலங்கள் பனை ஓலைச் சுவடிகளிலும், சிற்சில மட்டுமே காகிதத் தாள்களிலும் உள்ளன. நான்காம் மற்றும் ஆறாம் திருமுறை முற்றும் காகிதங்களில் எழுதப்பட்டவையாகவேக் கிடைத்திருக் கின்றன.

சென்னையிலிருந்தவரை ஓலையிலும் வடலூருக்கு வந்தபின்பு காகிதத்திலும் எழுதியிருக்கிறார், என்பதை அறிய முடிகின்றது. தமிழிலக்கிய வரலாற்றில் பனை மரத்து ஓலையிலும், காகிதத்தின் தாள்களிலும் என இரண்டு பரிணாமங்களிலும் மையமாகி எழுதப்பட்ட பெரும் நூல் திருவருட்பாவேயாகும்.

வள்ளலார் அருளிய அருட்பாவின் எண்ணிக்கையை ஆராயுமிடத்து தொழுவூர் வேலாயுதம் முதலியார் அவர்கள் ஐந்தாம் திருமுறை வரை 4071 பாடல்கள் எனவும், பொன்னேரி சுந்தரம் அவர்கள் 6955 பாடல்கள் எனவும், கந்தசாமி ச.மு அவர்கள் 6725 எனவும் ஆ.பாலகிருஷ்ணன் அவர்கள் 6011 எனவும், ஊரன் அடிகள் 5818 எனவும் எண்ணிப் பதித்திருக்கிறார்கள்.

(கலி வெண்பாவில் இரண்டடிகள் சேர்ந்தது ஒரு கண்ணி அவ்வகையில் விண்ணப்பக் கலிவெண்பா 477 கண்ணிகளால் பாடப்பட்ட கலிவெண்பா, நெஞ்சறிவுறுத்தல் 703 கண்ணிகளால் பாடப்பட்ட கலிவெண்பா எனவே விண்ணப்பக் பலிவெண்பாவையும், நெஞ்சறிவுறுத்தலையும் தனித்தனி ஒரு பாட்டாய் எடுத்துக்கொள்ள வேண்டும், அதுவே இலக்கணம். ஆனால் ஒவ்வொரு கண்ணியையும் ஒருபாட்டாகக் கருதியதன் விளைவாக விண்ணப்பக் கலிவெண்பா 417 பாடல்களாகவும், நெஞ்சறிவுறுத்தல் 703 பாடல்களாகவும் கொண்டு தொழுவூராரால் கணக்கிட்டு பதிப்பிக்கப்பட்டமையால் பின்னால் வந்த பலர் 5818க்கு மேற்பட்ட எண்ணிக்கை அளவை வழங்குவதாக அமைந்துவிட்டது. ஆனால் பாலகிருஷ்ணன் அவர்கள் இதனைப் பின்பற்றவில்லை. மேலும் பின்னால் வந்த ஊரனடிகள் மேலும் 163 பாடல்களை கழித்தும் 11 பாடல்கள் கூட்டியும் 5818 என்ற எண்ணிக்கையைத் தருகின்றார் 2013-இல் திருவருட்பாவைப் பதிப்பித்த சிவாலயம் ஜெ.மோகன் அவர்களும் 5818 என்ற கணக்கையே எடுத்துக் கொள்கின்றார்) தொழுவூர் வேலாயுதம் அவர்கள் வள்ளலார் கைப்பட எழுதிய மூல ஏடுகளை அவரெழுதிய வரலாற்று நூலில் 'சுந்தரக்கை சாத்திய திருவேடு' என்று புகழ்கிறார்.

தமிழிலக்கிய வரலாற்றில் நீண்ட நெடிய அகவல்!

தமிழிலக்கிய யாப்பிலக்கண மரபில் பாவானது நான்கு வகையாக உள்ளது. வெண்பா, ஆசிரியப்பா, கலிப்பா வஞ்சிப்பா. பாவினமானது மூன்று வகையாக உள்ளது. தாழிசை துறை விருத்தம். இந்த நால்வகைப் பாக்களையும், மூன்று வகையான பாவினங்களையும் வள்ளல்பெருமானின் திருவருட்பாவினில் சுவைக்கலாம். இவற்றில் ஆசிரியப்பா எனும் வடிவத்திற்கு அகவல் என்று மற்றுமோர் பெயருண்டு. "அகவலென்பது ஆசிரியம்மே" என்பார் தொல்காப்பியர். (தொல்.பொ.393)

ஒவ்வொரு பாவும் அதற்கென்று ஒரு தனித்த ஓசை அமைப்பினைப் பெற்றுள்ளது. செப்பலோசை

வெண்பாவிற்கானதும், அகவலோசை ஆசிரியப்பாவிற் கானதும், துள்ளல் ஓசை கலிப்பாவிற்கும், தூங்கலோசை வஞ்சிப்பாவிற்கும் உரியதென்கிறது இலக்கணம்.

இவ்வகையான பாக்களை வெண்பா, ஆசிரியப்பா, கலிப்பா, வஞ்சிப்பா என வரிசையமைத்திருப்பது இக்கால வழக்காக இருப்பினும் தொல்காப்பியர்,

"ஆசிரியம் வஞ்சி வெண்பா கலி என
நால் இயற்று என்ப பாவகை பிரிவே"

என்பதால் ஆசிரியப்பாவே முதலில் வைத்து கூறப்படுவதை அறியமுடிகிறது. ஆசிரியப்பாவானது அகவல் ஓசையினைப் பெற்றிருப்பதால் அகவல் என்கிற பெயர் பெற்றது. மேலும் ஆசிரியர் ஒருவர் மாணாக்கனுக்கு ஒன்றைத் தெளிவாக எடுத்து விளக்குவது போல ஆசிரியப்பா இருந்ததால் ஆசிரியப்பா என்னும் பெயர் அமைந்தது என்றும் சொல்லப்படுகின்றது. "ஆசிரியனேபோல நின்று அறிவிக்கும் ஆதலால் 'ஆசிரியம்' என்பது காரணக்குறி" என்பார் யாப்பருங்கல விருத்தி உடையார்.

இத்தகைய ஆசிரியப்பா இலக்கணவகையே சங்க இலக்கியங்களில் ஆதிக்கம் பெற்றிருப்பதை படிப்போர் நன்குணரலாம். பத்துப்பாட்டில் பத்துப்பாடல்களும் ஆசிரியப்பா வகையே. எட்டுத்தொகை நூல்களில் கலித்தொகை, பரிபாடல் தவிற மற்ற அனைத்தும் ஆசிரியப்பாக்களால் ஆனவையே. பரிபாடலில் பரிபாடல் எனும் ஒருவகை பாவகையால் ஆனது இவை போக நற்றிணை, குறுந்தொகை, ஐங்குறுநூறு, பதிற்றுப்பத்து, புறநானூறு, அகநானூறு ஆகிய ஆறு சங்கப் பனுவலும் ஆசிரியப்பாக்களேயாகும்.

சங்ககாலத்திலும், சங்கம் மருவிய காலத்திலும் மிகப்பரவலாக இருந்த ஆசிரியப்பா வகைபாடல்கள் மாறி பின்னாளில் சமய இலக்கியக் காலத்தில் விருத்தப்பாக்கள் மிகுந்தவையாக மாறின. இந்த விருத்தப்பாவின் எண்ணிக்கையளவைப் பார்க்குமிடத்து மூவர் தேவாரத்தில் எண்சீர் மட்டுமே உண்டு. மணிவாசகர் அருளிய

திருவாசகத்தில் பத்து, பன்னிரண்டு, பதினான்கு, பதினாறுசீர் விருத்தங்கள் வரைப் பார்க்கலாம். ஆனால் வள்ளலார் இதில் புரட்சி செய்து 192 சீர் விருத்தம்வரை எழுதியிருப்பது தமிழிலக்கிய மரபில் ஒரு நட்சத்திரம். இந்த அடிவரையறைப் புதுமையும் பெருமையும் விருத்தப்பாவில் மட்டுமல்ல அகவலான ஆசிரியப்பாவிலும் செய்திருக்கிறார் வள்ளலார். ஆசிரியப்பா என்றாலே அதற்கென்று இலக்கணத்தில் அடிவரையறையுண்டு.

"ஆசிரியப் பாட்டின் அளவிற்கு எல்லை
ஆயிரம் ஆகும் இழிபு மூன்றடியே"

என்பதே தொல்காப்பிய சூத்திரம் (பொ.157) கூறும் ஆசிரியப்பா அடிவறையாகும். இதன் மூலம் நாம் அறியும் செய்தி ஆசிரியப்பா மூன்றடி முதல் ஆயிரம் அடிவரை இருக்கவேண்டும் என்பதாகும். அதாவது சிற்றெல்லை மூன்றடியாகவும், பேரெல்லை ஆயிரம் அடியாகவும் அமையவேண்டும் என்கிறது. இச்சூத்திரத்திற்கு உரைவழங்கும் பேராசிரியர், ஆசிரியப்பாவின் பெருக்கத்திற்கு எல்லை ஆயிரம் அடி; சுருக்கத்திற்கு எல்லை மூன்று அடி என்றவாறு

"பிறவும் அன்ன ஆயிரம் அடியான் வருவனவும்
உளவேற் கண்டு கொள்க"

என்கிறார். இவ்வுரையில் முதல் விளக்கத்திற்குப் பின் மூன்றுஅடி, நான்கடி, ஐந்தடி, ஆறடி, ஏழடி வரையிலாக எழுதப்பட்டப் பாக்களை எடுத்துக்காட்டும் பேராசிரியர் ஆயிரம் அடிக்கு "உளவேற் கண்டு கொள்க" என்பதன் மூலம் அக்காலத்தில் ஆயிரம் அடிக்கான ஆசிரியப்பா இல்லை என்பதை அறிந்துகொள்ளலாம்.

சங்க இலக்கியத்தில் அடிவரையறையுள் மிகுந்திருப்பது பத்துப்பாட்டுள் ஒன்றாகிய மதுரைக்காஞ்சி ஒன்றேயாகும். கிட்டத்தட்ட இது 782 அடிகளால் ஆன ஆசிரியப்பாவாக அமைகின்றது. சங்ககாலம் தொட்டு வள்ளலார் காலம் வரையும் இந்த 782 அடி எல்லைக்குமேல் பிரிதொரு ஆசிரியப்பா தோன்றவில்லை.

அப்படியிருக்க ஆயிரம் அடியினையும் தாண்டி 1596 அடிகளாக (ஆயிரத்து ஐந்நூற்றுத் தொண்ணூற்று ஆறு)

ஆசிரியப்பா எழுதப்பட்ட முதலும் கடைசியுமான நூல் திருவருட்பிரகாச வள்ளல் பெருமான் அருளிய திருவருட்பெருஞ்ஜோதி அகவல் பாடலாகும். இதுவரை தமிழிலக்கிய மரபில் யாரும் செய்யாத புதுமையாக 1596 அடி வரையறை கொண்ட அருட்பெருஞ்ஜோதி அகவலை வழங்கி தமிழிலக்கிய வரலாற்றியல் ஒரு மைல்கல்லை நட்டு வைத்திருக்கிறார்.

சிலர் தொல்காப்பிய அடிவரையறையை இஃது மீறிவிட்டதே என்று நினைக்கலாம். ஆனால் பாடுபொருள் முடியும்வரை ஆசிரியப்பா நடக்கலாம், அதன் பேரெல்லைக்கு வரையறை இல்லை என்ற மரபு பின்னாளில் உருவானது, இதனையே

"உரைப்போர் குறிப்பினை அன்றிப் பெருமை
வரைத்து இத்துணையென வைத்துரை இல்லென்று
உரைத்தனர் மாதோ உணர்ந்திசி னோரே"

என்கிறார் காக்கைப் பாடினியார்.

சொல்ல வேண்டிய செய்தியினை சொல்லி முடிக்கும் வரை ஆசிரியப்பா எழுதப்படலாம் என்பதனைக் கொண்டு பார்க்குமிடத்து வள்ளலார் அருட்ஜோதி ஆண்டவரின் பெருங்கருணைப் புகழை உரைக்க ஆயிரம் வரியும் போதாத காரணத்தால் இன்னும் நீட்டி விரித்திருக்கிறார்.

வரலாற்றில் திருவருட்பாப் பாடல்களின் எண்ணிக்கையினில் ஏற்பட்டக் குழப்பங்களைப் போலவே அகவலின் அடி எண்ணிக்கையிலும் பலவாறு குழம்பிக் கொண்டனர். இதனை ஆராய்ந்து தெளிவுபடுத்தி தவத்திரு ஊரன் அடிகள் அவர்தம் அகவல் உரைநூலில் மிகத்தெளிவாக விளக்கியுள்ளார்.

இதோ பார்வைக்கு

சோடசாவதானம் சுப்பராய செட்டியார் (ஆறாம் திருமுறை முதற்பதிப்பு 1885), ஆ. சபாபதி சிவாசாரியர் (1891), பொன்னேரி சுந்தரம் பிள்ளை (1892), பிருங்கிமாநகரம் இராமசாமி முதலியார் (1896) ஆகிய நான்கு பதிப்புகளிலும்

மகுடம் அகவலின் பெருஞ்சிறப்புக்குப் பொருந்துவதாகவும் இல்லை. அருட்பெருஞ்ஜோதி மகாமந்திரத்தைத் திரித்துக்கூறுவது போன்று அமைந்துள்ள இதனை "மகுடம்" எனக் குறிப்பிடுவதும் பொருந்தாது. பொருத்தமான மகுடம் அருட்பெருஞ்ஜோதி மகாமந்திரமே.

அகவல் வெளிப்பட்ட காலத்தில் மகாமந்திரம் வெளிப்படவில்லை அகவல் வெளிப்பட்டது 18.04.1872 இல் மகா மந்திரவெளிப்பாடு 22.10.1873 இல் நிகழ்ந்த மகோபதேசத்தில் ஆதலின் இப்போது நடைமுறையில் உள்ளவாறு அகவற்பாராயண நிறைவில் அகவலின்பின் மகாமந்திரத்தை மகுடமாக ஓதி நிறைவுசெய்யும் வழக்கமே பொருத்தமானது.

அகவலின் இரண்டு இரண்டு அடிகளை ஒருகூறாகக் கொள்வது சிறிதும் பொருந்தாது பெரும்பாலான இடங்களில் இரண்டடிகள் ஒரு பொருளனவா அமைந்துள்ளன. பல இடங்களில் இரண்டு அடிகளுக்கு மேலேயும் ஒருபொருள் தொடர்கிறது. பல அடிகள் ஒரு பொருளனவாகத் தொடர்கின்றன. எனவே இரண்டிரண்டிகளாகக் கூறு செய்வது அகவலின் யாப்பமைதிக்கு மட்டுமன்றிப் பொருளமைதிக்கும் பொருந்தாது."

மேற்கண்ட ஊரனடிகளாரின் விரிவான ஆய்வின் மூலம் அருட்பெருஞ்ஜோதி அகவலின் அடி வரையறையில் (எண்ணிக்கையில்) நாம் தெளிவுபெறலாம். ஆகவே 1596 அடிகள்மூலம் தமிழ் இலக்கிய மரபில் மிக நீண்ட அகவலைத் தந்தவர் வள்ளல் பெருமானே என்கிற பெருமை மறைக்கவோ மறுக்கவோ முடியாததாகும். வள்ளல் பெருமான் தன் விருப்ப நூலாகக் கருதிய திருவாசகத்தின் முதல் நான்கு பகுதிகள் அகவலென்றே பொதுவாக அழைக்கப்படுகின்றது.

சிவபுராணம், கீர்த்தித்திருவகவல், திருவண்டப்பகுதி, போற்றித்திருவகவல் ஆகிய நான்கில் உண்மையில் சிவபுராணம் தவிர மற்றவையே ஆசிரியப்பா அகவலாகும். அவற்றுள் கீர்த்தித்திருவகலும், போற்றித்திருவகவலும் அகவல் என்ற பெயரையே பின்னொட்டாகக் கொண்டவை. திருவாசகத்தின் இந்த நான்கு அகவலையும் சேர்த்தால்

95+146+182+225=648 அடியாக அமைந்துள்ளது. திருவாசகத்தின் நான்கு அகவலையும் விஞ்சி அருட்பெருஞ்ஜோதி அகவல் *1596* அடிவரை நீண்டுள்ளது. திருவாசகம் எவ்வாறு "வாழ்க", "வெல்க", "போற்றி" என முடிகின்றதோ அதேபோல அருட்பெருஞ்ஜோதி அகவலும் அமைந்துள்ளது.

விளி அமைப்பு

1. 1 – 874 ஆம் அடி வரை – அருட்பெருஞ்ஜோதி
2. 875 – 1554 ஆம் அடி வரை – வெல்க, வாழ்க, போற்றி, சிவமே எனும் பல்வேறு விளிகள்
3. 1555 – 1596 ஆம் அடிவரை – அருட்பெருஞ்ஜோதி

பொதுவாக அகவல் எனும் சொல் மயிலின் ஓசைக்கு மரபாக அமைவதாகும். மயில் அகவுகிறது என்பதே சரியான சொல்லாடல். ஆண்மயில் தன் துணைக்காக அகவுவது எப்படியோ அவ்வாறே ஜீவான்மா பரமான்வை இணைவதற்கான அகவலே அருட்பெருஞ்ஜோதி அகவலாகும்.

இப்பெருமைக்குரிய அகவலானது திருவருட்பிரகாச வள்ளல் பெருமானால் மேட்டுக்குப்பம் சித்திவளாக மாளிகையில் ஆங்கிரச ஆண்டு சித்திரை மாதம் எட்டாம்நாள் வியாழக்கிழமை *(18.04.1872)* நன்நாளில் ஒரே இரவில் எழுதப்பட்ட சிறப்பிற்குரியதாகும்.

இத்திரு அகவல் உயிர் எழுத்து பன்னிரண்டும், ஆய்த எழுத்து ஒன்றுமாய் அடித்துவக்கத்தில் பொருத்தி தொடக்கத்திலேயே சாகாக்கல்விக்குண்டான உயிரினை அளித்திருக்கிறது.

அருட்பெருஞ் ஜோதி யருட்பெருஞ் ஜோதி01
அருட்பெருஞ் ஜோதி யருட்பெருஞ் ஜோதி02
அருட்சிவ நெறிசா ர்ருட்பெரு நிலைவாழ்03
அருட்சிவ பதியா மருட்பெருஞ் ஜோதி04
ஆகம முடிமேல் ஆரண முடிமேல்05
ஆகநின் றோங்கிய வருட்பெருஞ் ஜோதி06
இகநிலைப் பொருளாய்ப் பரநிலைப் பொருளாய்07

அகவலுக்கு அடி எண் குறிப்பிடாமல் விட்டுவிட்டனர். முதன்முதலாக ச.மு.கந்தசாமி பிள்ளை தான் (1924) அடி எண் குறிப்பிட்டுக் காட்டியுள்ளார். 10; 20; 30 என்று தொடங்கி 1590 வரை அச்சில் காட்டியுள்ளார். அகவலின் முடிவில் அதிகப்படியாக "அருட்பெருஞ்ஜோதி தனிப்பெருங்கருணை, தனிப்பெருஞ்கருணை அருட்பெருஞ்ஜோதி" என்ற இரண்டு வரிகளை (அடிகளை) அகவலோடு சேர்த்து, அகவலை 1598 அடியாக அச்சிட்டு விட்டார் ஈற்று இரண்டு அடிகளாகச் சேர்த்திருப்பவை மிகை. பெருமான் அருளிய மகாமந்திரத்தோடும் இது பொருந்தவில்லை. இதைப்பற்றி ஆ.பா. அவர்கள் தம் பதிப்பிற் குறிப்பிட்டிருப்பதும் ஏற்புடையதாயில்லை. எனவே ச.மு.க கூடுதலாகச் சேர்த்துள்ள இரண்டு வரிகளையும் அன்பர்கள் தவிர்த்து விடலாம்; தவிர்த்து விட்டனர் இப்போது அவ்வாறு யாரும் வழங்குவதில்லை.

சென்னை இராஜமாணிக்கம் பிள்ளை பதிப்பில் (சங்கப் பதிப்பு) அடிவரையறையைச் சரியாகக் காட்டியுள்ளார். 10 முதல் 1590 வரை பத்துப்பத்தாக எண் குறித்து அச்சிட்டுள்ளார். அழகாக இருக்கிறது. வள்ளற்பெருமான் அருளியவாறே அருட்பெருஞ்ஜோதியை நான்குமுறை அடுக்கிக்கூறும் 1596 - ஆம் அடியுடன் அகவலை முடித்துவிட்டு, அதன்பின் தனியாக, தேவையான இடைவெளிவிட்டு, அருட்பெருஞ்ஜோதி மகா மந்திரத்தை இரண்டு வரிகளாக அச்சிட்டுள்ளார். அகவல் மூலத்தோடு சேர்த்துவிடவில்லை. தனிப்படுத்தியே காட்டியுள்ளார். அகவலை ஓதி முடித்து அதன்பின் மகாமந்திரத்தை மங்கலமாக ஓதி முடிப்பதற்கு ஏதுவாக்கியுள்ளார். இதுவே இப்போது அகவற் பாராயணம் செய்யும் பல்லாயிரம் பல்லாயிரம் அன்பர்களால் பின்பற்றப்பட்டு வருகிறது. இஃதே நேரிய முறையும் சீரிய முறையும் ஆகும்.

இனி, ஆ.பா. பதிப்புக்கு வருவோம். ஆ.பா.அவர்கள் வள்ளற்பெருமான் மீதும் திருஅருட்பாவின் மீதும் கொண்டுள்ள மதிப்பும் ஆர்வமும் அளவற்றது, எல்லையற்றது. ஆ.பா.வின் கண்கள் ஈரக்கண்கள். அவை எப்போதும்

காய்வதே இல்லை. வள்ளற்பெருமான் என்றாலே திருஅருட்பா என்றாலே கண்ணீர் பெருக்கும் இயல்பினர் அவர்.

அகவலின் இரண்டு இரண்டு அடிகளை ஒரு கூறு எனக்கொண்டு, 1596 அடிகளையும் இரண்டிரண்டாகப் பிரத்து 798 கூறுகளாகக் கொண்டு, தம் பதிப்பில் கூறு எண் காட்டி அச்சிட்டுள்ளார். அகவலின் பத்தாம் அடியில் "ரு" என்று தமிழ் இலக்கத்தில் கூறு எண் கொடுக்கிறார். ரு; க0; கரு; உ0; உரு; ங0; என ஐந்து ஐந்தாக ஏற்றிச் சென்று இறுதியில் "எகூஅ" என முடிக்கிறார். 1596 அடிகளை 798 கூறுகளாகக் கொண்டுள்ளார். மேலும் ச.முக. பதிப்பில் அதிகப்படியாகக் கொடுக்கப்பட்ட இரு அடிகளையும் தம் பதிப்பில் ஒரு சிறு கோடு இடையீட்டுக்குப் பின் சேர்த்து, அதையும் ஒரு கூறாகக் கொண்டு, ஒரு எண் கூட்டி, "எகூகூ" 799 என எண்ணிக்கையிட்டுவிட்டார். இவ்வாறு கூறு செய்வதும் ஈற்றில் மிகையாக ஈரடிகளைச் சேர்த்து எண் கொடுத்திருப்பதும் இலக்கண அமைதிக்குச் சிறிதும் பொருந்தாது. மிகை ஈரடிகளுக்குக் கொடுத்திருக்கும் 17ஆவது அடிக்குறிப்பில் ஆ.பா. கூறுவதை அப்படியே இதன் கீழ்த் தருகிறோம்.

"இறுதி வரிகள் இரண்டும் நூல் முதலிலும், மூன்று அன்பர் படிகளிலும், முதல் அச்சிலும் இல்லாதிருக்க ஓர் அன்பர் படியில் மட்டும் இவற்றை நான்கு வரிகளாக எழுதி அகவலுக்கு அடியில் மகுடமாக எழுதியிருக்கிறது. திருவாளர் ச.மு. கந்தசாமி பிள்ளை அவர்கள் பதிப்பில் அடிகளாரின் அம்மறைமொழிகளை நூலோடு சேர்த்து அச்சிட்டிருக்கிறது. அன்பர் பலர் பலர் இவற்றை நூலோடு சேர்த்தே ஓதி வருகிறார்கள். இவ்வகவலின் இறுதியில் "ஆங்கிரச வருடம் சித்திரை மீ அஉ" (அதாவது வியாழன், 18.4.1872) என்று நூல் முதலிலும் ஓர் அன்பர் படியிலும் காண்கிறது".

ஆ.பா. அடிக்குறிப்பு இதுதான். மிகை இரண்டு வரிகளும் நூல் முதலில் (பெருமான் எழுத்தில்) இல்லை. அன்பர் மூவர் படிகளில் இல்லை. முதல் அச்சில் (ஆறாம் திருமுறை முதற்பதிப்பில்) இல்லை. அன்பர் ஒருவரது படியில் மட்டும் இவற்றை நான்கு வரியாக மகுடமாக எழுதியிருக்கிறார். இந்த

அகமறப் பொருந்திய வருட்பெருஞ் ஜோதி08
ஈனமின் றிகபரத் திரண்டினமேற் பொருளாய் 09
ஆனலின் றோங்கிய வருட்பெருஞ் ஜோதி10
உரைமனங் கடந்த வொருபெரு வெளிமேல்11
அரைசுசெய் தோங்கு மருட்பெருஞ் ஜோதி12
ஊக்கமு முணர்ச்சியு மொளிதரு மாக்கையும்13
ஆக்கமு மருளிய வருட்பெருஞ் ஜோதி14
எல்லையில் பிறப்பெனு மிருங்கடல் கடத்தியென்15
அல்லை நீக்கிய வருட்பெருஞ் ஜோதி16
ஏறா நிலைமிசை யேற்றியென் றனக்கே17
அறாறு காட்டிய வருட்பெருஞ் ஜோதி18
ஐயமுந் திரிபு மறுத்தென துடம்பினுள்19
ஐயமு நீக்கிய வருட்பெருஞ் ஜோதி20
ஒன்றென விரண்டென துடம்பினுள்21
யன்றென விளங்கிய வருட்பெருஞ் ஜோதி22
ஓதா துணர்ந்திட வொளியளித் தெனக்க23
ஆதார மாகிய வருட்பெருஞ் ஜோதி24
ஔவிய மாதியோ ராறுந் தவிர்த்தபேர்25
அவ்வியல் வழுத்து மருட்பெருஞ் ஜோதி26
திருநிலைத் தனிவெளி சிவ்வெளி யெனுமோர்27
அருள்வெளிப் பதிவள ரருட்பெருஞ் ஜோதி28

அருட்பெருஞ்ஜோதியின் தன்மை, ஆறந்தவெளிகள், ஆறியல், மூவகைச் சித்தி, ஐம்பூத இயல்வகை, ஐம்பூதநிலை, ஐம்பூத இயல்விரி, திரைவிளக்கம், ஏழுதிரைகள் என்று சமரச சுத்த சன்மார்க்கத்தின் அத்தனை செய்திகளும் அருட்பெருஞ்ஜோதி அகவல் உள்ளடக்கியுள்ளது. அற்புதம் சில பாடல்கள் பின்வருமாறு

"சாதியும் மதமும் சமயமும் காணா115
ஆதி அநாதியாம் அருட்பெருஞ்ஜோதி"116
"எங்கெங்கு இருந்து உயிர் ஏதுஏது வேண்டினும் அங்169

அங்கெங்கு இருந்து அருள் அருட்பெருஞ்ஜோதி"170

"சாதியும் மதமும் சமயமும் பொய்யென211

ஆதியின் உணர்த்திய அருட்பெருஞ்ஜோதி"212

"எம்மதம் எம்முறை என்ப உயிர்த்திரள்221

அம்மதம் என்றருள் அருட்பெருஞ்ஜோதி"222

"சமயம் குலமுதல் சார்பெலாம் விடுத்த273

அபயந் தோன்றிய அருட்பெருஞ்ஜோதி"274

"நாயினும் கடையேன் ஈயினும் இழிந்தேன்305

ஆயினும் அருளிய அருட்பெருஞ்ஜோதி"306

அகவல், இன்றைக்கு சன்மார்க்கிகளின் இல்லங்களிலும் உள்ளங்களிலும் நீக்கமர நிறைந்து விளங்குகின்றது. திருவாசகத்தை எப்படி முற்றோதல் செய்கிறார்களோ அவ்வாறே அருட்பெருஞ்ஜோதி அகவலும் முற்றோதல் செய்யப்படுகின்றது. அகம், அகப்புறம், புறம், புறப்புறம் என்று கடவுள் பிரகாசம் காரியப்படும் நான்கு இடங்களையும் சொல்வதைப்போலஅருட்பெருஞ்ஜோதி அருட்பெருஞ்ஜோதி அருட்பெருஞ்ஜோதி அருட்பெருஞ்ஜோதி என்றபடி அகவல் தொடங்கி இதே நான்கு முறையான விளியிலே நிறைவுபெறுகின்றது. தோத்திரத்திற்குத் தோத்திரமாயும் சாத்திரத்திற்கு சாத்திரமாயும் அமையப் பெற்றுள்ள இவ்வகவல் இரவிலே எழுதப்பட்டதென்றாலும் நம்மையெல்லாம் வெளிச்சத்திற்கு அழைத்துச் செல்வதாகும். பாடிப் பரவசம் பெறுகின்ற பக்தர்களாய் இத்தகைய அருமையான அகவலைத் தந்ததற்காக வள்ளலாருக்கு நன்றி சொல்வோம் என்பதோடு தமிழ்மொழி மாந்தர்களாய் இம்மொழிக்கு அகவல் இலக்கணத்தில் இவ்வளவு நீண்ட செய்யுள் யாத்தமைக்கு தனிப்பட்ட முறையில் நாம் நன்றி சொல்ல கடமைப்பட்டுள்ளோம்.

வள்ளலாரின் சொற்பொழிவு

எழுத்துகளால் தமிழ் வளர்த்தவர்கள் பலர்; பேச்சால் தமிழின்பத்தைப் பரப்பியவர்கள் பலர் ஆனால் பேச்சு, மற்றும் எழுத்து என்கிற இரண்டும் துறைகளிலும் தமிழில் கரை கண்டவர்கள் சிலர்தான் அதில் திருவருட்பிரகாச வள்ளலாரும் ஒருவர். தமிழையும், சைவத்தையும் ஒரு சேர தன்னுடைய பேச்சால் பள்ளிப்பருவ இளமைக் காலம் தொட்டு வளர்த்திருக்கிறார். வள்ளல் பெருமானின் பிள்ளைப் பருவக்காலம் பல சுவாரஸ்யமான நிகழ்வுகளைக் கொண்டதாக இருக்கின்றது. கலியாண சுந்தர யதீந்திரர் என்று பிற்காலத்தில் அழைக்கப்பட்ட பூவையார் எனும் இயற்பெயர் கொண்ட பெரியவர்.

அவருடைய இளம் வயது தொட்டு வள்ளல் பெருமானை நேரில்கண்டு வழிபாடு செய்தவராவார். வள்ளலாரின் வாழ்க்கை

வரலாறுகளில் பலப் பகுதிகளை அவர் இருந்தபோதே கேட்டறிந்தவர், அன்னாரின் மாணாக்கராக விளங்கிய மணி திருநாவுக்கரசர் அவர்கள் குருவிடம் செய்திகளைக் கேட்டு இராமலங்க சுவாமிகளின் பள்ளிப்பருவ நிகழ்ச்சிகளை 'இராமலிங்க சுவாமிகள் கல்வி கற்ற வரலாறு' என்கிற தலைப்பில் சிந்தாந்த மலர் 1 இதழ் 9, 1928 செப்டம்பர் பிரபவ ஆவணி இதழில் கட்டுரையாக எழுதினார். இக்கட்டுரையே வள்ளலாரின் பள்ளிப்பருவ வாழ்க்கையையும், சொற்பொழிவு உலகத்திற்குள் அவர் நுழைந்து, நின்று, வென்ற வரலாறுகளையும் தெரிந்து கொள்வதற்கானக் கையேடாக விளங்குகின்றது வள்ளலார் இராமலிங்க அடிகள் வரலாறு' எனும் பெரும் நூலினை சமைத்த தவத்திரு ஊரனடிகள்கூட வள்ளலாரின் பள்ளிப்பருவ நிகழ்ச்சியைக் குறிக்குமிடத்தில்

மணி திருநாவுக்கரசர் அவர்களையும் அவருடைய கட்டுரையையும் பற்றி மொழிந்து பின் "முன்னோர் மொழி பொருளே யன்றி அவர் மொழியும் பொன்னேபோற் போற்றுவோம் எனும் இலக்கணத்திற்கிணங்க அக்கட்டுரையை அப்படியே கீழே தருகின்றோம்' என்று முன்னூட்டம் வழங்கி திருநாவுக்கரசர் அவர்களின் இராமலிங்க சுவாமிகள் கல்விகற்ற வரலாறு எனும் கட்டுரையை அப்படியே பதிவு செய்திருக்கிறார். அதற்குக்காரணம் எளிய நடையில் அற்புதமாகச் சித்தரித்திருக்கும் வள்ளலரின் பள்ளிப்பருவம் குறித்தான இக்கட்டுரையை விளக்க வேண்டிய அவசியம் இன்மையே ஆகும். இங்கேயும் அம்மரபு கருதி வள்ளல் பெருமானின் சொற்பொழிவுப் பயணத்தை இக்கட்டுரை வழி நின்றே அறியலாம்.

இராமலிங்க சுவாமிகள் இளமையிலேயே தம் பெற்றோரை இழந்து விட்டமையால் தம் தமையனாராகிய சபாபதிப் பிள்ளையின் ஆதரணையில் இருந்து வந்தனர். சபாபதிப்பிள்ளை தமிழிலே இலக்கிய இலக்கணங்களைப் போதுமான வரையில் கற்றுச் சிவபுராண பாடஞ் செய்வதில் தேர்ச்சி பெற்றிருந்தார். அவர் சைவ புராணங்களைக் கேட்போர் பக்தி பரவசராகும்படி செவ்வையாய்ப் பிரசங்கஞ் செய்வார் அவர் பொருள் வருவாயை முன்னிட்டுச் சென்னையை அடைந்து, சைவப் பிரபுக்கள் சிலரைத் துணையாகக் கொண்டு தமது வாழ்க்கையை

நடத்தி வந்தனர். இங்ஙனம் வாழ்ந்து வருவார்க்குத் தம் இளவலாகிய இராமலிங்கத்துக் கல்விப்பயிற்சி செய்விப்பதில் பெரிதும் ஆவல் உண்டு.

பிள்ளை, அக்காலக் கல்விமுறைப்படித் திவாகரம், நிகண்டு, சதகம், அந்தாதி முதலிய நூல்களைத் தம் அருமைத் தம்பியாருக்கு நாடோறும் வழுவாமல் கற்பிக்கலானார், ஆனால், இராமலிங்கரோ சொல்லி வைத்த பாடங்களைக் கண்ணும் கருத்துமாகக் கற்பதில்லை. எந்நேரமும் ஏதோ வேறொரு சிந்தையில் ஆழ்ந்து, தமையனார் மொழியைச் சிறிதும் நோக்குவதில்லை. சதா சருவதா நினைவு வேறுபட்டிருக்கும் இளையவராகிய இராமலிங்கம் கல்வி கற்க மாட்டாத முழுமகன் என்றும், அவர் தமது கருத்தை நிறைவேற்றா திருத்தலின் வழிக்கு வாராத பிள்ளையென்றும் சபாபதிப் பிள்ளை தீர்மானித்து விட்டார். அவர் உலகவழிக்கு ஒத்துவாராத பிள்ளை என்பது உண்மையே! இராமலிங்கம் தன்மையைக் கண்ட சுற்றத்தாரும் அவ்வாறே எண்ணினர்.

இராமலிங்கமோ எங்கேனும் குறிப்பின்றிச் சுற்றுவதும், மக்கள் கூட்டங்களில் சென்று அவர்கள் வாயைப் பார்த்துக்கொண்டு நிற்பதும், கோயில் குளங்களுக்குச் சென்று வழிபாடு புரிவதும், வேடிக்கை பார்ப்பதுமாகக் காலங்கடத்தி வந்தார். அவர் தாமாகத் தமக்குத் தோன்றிய புத்தகங்களை எடுத்துக்கொண்டு தமக்கு விருப்பமான நேரங்களில் படிப்பார். ஆனால் தம் தமையனார் கட்டளைப்படி எந்நூலையும் உருப் போட்டுப் படித்து அப்படியே ஒப்புவிக்க மாட்டார். எனினும் இராமலிங்கம் ஒரு நாளும் தம் தமையனாரை அவமதித்தேனும் எதிர்த்தேனும் யாதொன்றும் பேசியதில்லை, அவரைக் குறித்துப் பிறரிடம் முணு முணுத்துக் கொண்டதுமில்லை.

சபாபதிப்பிள்ளை, தம்பி இராமலிங்கத்தை எவ்வாறேனும் முன்னுக்குக் கொண்டுவர வேண்டுமென்றெண்ணி அவர் தம் அன்புள்ள மனைவியை அழைத்து, "இராமலிங்கம் என் சொற்படி நடவாததால் இனி நீ அவனுக்குச் சோறிட வேண்டாம். அவன் இப்பொழுதே வீட்டைவிட்டு நடக்கவேண்டும். நீ என் கட்டளையை மீறி நடந்தால் நீயும் அவனைப் போல் நடக்க வேண்டும். "என்று தம்பியை எதிரிலே

வைத்துக் கொண்டு கண்டிப்பாகத் திட்டஞ் செய்தார். இக்கட்டளையை இரண்டொரு முறை பிரயோகித்தும் இராமலிங்கம், தமையனார் இல்லாத வேளையிலோ அன்றிக் கண்ணயரும் வேளையிலோ, தெரியாமல் புழைக்கடை வழியாகப் போந்து தம் அண்ணியாரைக் காண்பார். அவ்வம்மையோ கற்பிற் சிறந்த உத்தமி, கருணைநிறைந்த செல்வி; நற்குடிப்பிறப்பும் ஒழுக்கமும் நிரம்பிய குணவதி. அவள் தன் கணவனார் கட்டளையை இனிதுணர்ந்தும், அவர் வெகுண்டு செய்த பணியை மீறி அவருக்குத் தெரியாமல் தம் மைத்துனச் சிறுவரைப் பெற்ற சேயினும் பெரிய சேயாக மதித்து அன்பாற்குழைந்து அவர்தம் செய்கைக்கு மனம் வெதும்பி நாடோறும் இனிய உணவுடன் அரிய மதியையும் புகட்டி வந்தாள். இவ்வம்மையின் செம்மை மொழிகளும் இளைய இராமலிங்கத்துக்கு நன்மை தந்தில.

இங்ஙனம் பல்னெடு நாட்கள் சென்றன. தம்பி இராமலிங்கம் தலையெடுத்ததே யன்றிக் கலையெடுத்ததில்லை. தமையனார் அறியா வண்ணம் வீட்டுக்கு வருவதும் சோறுண்பதும் கூறை பெற்றுக்கொள்வதும் தமது வழியிலே முனைந்து நிற்பதுமாகவே இருந்து வந்தனர். சபாபதிப் பிள்ளையோ தம் தம்பியைக் குறித்து ஒன்றும் கேளாது விட்டுவிட்டார். சில வேளைகளில் அவருக்குத் தம் மனைவி தனக்குத் தெரியாமல் ஊட்டி வருவதும் தெரியவந்தது. அதனை காணாதது போல் புறக்கணித்து விட்டுவிட்டார், இவ்வாறிருக்கும் நாளில், ஒருநாள் சபாபதிப்பிள்ளையின் தாயார் திதி வந்தது. அன்று அவர் உறவின் முறையாருக்கும் நண்பருக்கும் தெரிவித்து, மிகச் சிறப்பாகப் பிராமண சந்தர்ப்பணை அன்னதானம் முதலிய செய்தல் இயல்பு. அங்ஙனமே சிரார்த்தம் சாஸ்திர ரீதியாய்ச் சிரத்தையுடன் நிறைவேறிற்று. எல்லாரும் ஒருங்கமர்ந்து அறுசுவை உணவை ஆரஅமர உண்டு களித்தனர். பின்னர் விருந்தினர் எல்லாரும் மேன்மாடத்திற்சென்று குளிர்ந்த சந்தனம் பூசியும் பரிமள புஷ்பத்தின் நறுமணம் நுகர்ந்தும் தாம்பூலந் தரித்தும் இன்னுரையாடிக் கொண்டிருந்தனர்.

முகமும் அகமும் மலர்ந்து, வந்த விருந்தை ஓம்பி, வருவிருந்தை எதிர்நோக்கி யிருந்த சபாபதிப் பிள்ளையின் மனைவிக்கோ உண்பதற்கு மனம் வரவில்லை. அந்நங்கை வேலைமிகுதியால்

களைப்புற்று உள்ளமும் கெட்டுச் சோர்வடைந்திருந்தாள். சபாபதிப்பிள்ளையும் தம் சகோதரனை மறந்தவ ரல்லர். அவர், அவனைவரும் வரிசையாகக் கூடி உண்ணுந் தருணத்தில் தம்பியை நினைத்துக் கொண்டார். ஆனால் என் செய்வார் பாவம்! தம்பி எங்ஙனமேனும் வீட்டுக்கு வந்து தன் அண்ணியால் உண்பிக்கப்படுவான் என்பது உடனிருந்து உண்பதற்கில்லையே எனச் சிந்தாகுலங் கொண்டார் பின் சிறிது சிந்தித்து எல்லாம் திருவருட் செயலென எண்ணி வாளாவிருந்தார். அதனால் அன்று அவருக்கும் மனநிறைவு உண்டாகவில்லை.

மணி மூன்றாயிற்று. இதுதான் சமயமென்று அறிந்தனர் இராமலிங்கம். அவர் தம் தமையனார் அப்பொழுது கண்ணுறக்கங் கொள்வார் என்றெண்ணி வீட்டுக்குள் நுழைந்தார். அவர் வரவை எதிர்நோக்கிய வண்ணம் வழிமேல் விழிவைத்துப் பார்த்திருந்த அவர் அண்ணியார் உடனே விரைந்து சென்று அவருக்கு இன்னடிசில் ஊட்டினார். அவருக்குக் கள்ளத்தனமாக இவ்வாறு தம்மைத்துனருக்கு உணவு தருதல் சிறிதும்பிடிக்கவில்லை. ஐயோ! எத்தனையோ பேர் வந்து மகிழ்வோடு வயிறார உண்டிருப்ப, இவர் இவ்வாறு வேளை தப்பி வந்து பதனழிந்த உணவை உட்கொள்ளும்படி இறைவன் கட்டளை நேர்ந்துளதே என்றெண்ணி உருக, அவர் கண்களில் நீர் முத்து முத்தாய் வடிந்து அது ‘பசி ருசி அறியாது’ என்னும் பழமொழிக் கிணங்க ஆர்வமும் எங்கே தமையனார் வந்து விடுவாரோ என்ற அச்சமும் ஓங்க விரைந்துண்ணும் இராமலிங்கம் கண்களுக்குப் புலப்பட்டது. புலப்படலும் அவர் ‘அன்பு அன்பைத் தோற்றுவிக்கும்’ என்னும் உண்மைக் கிணங்கத் தம் அண்ணியார் முகம் பொலிவழிந்து விழிநீர் பெருக்கு நோக்கி “அண்ணியம்மா, நீர் ஏன புலம்கிறீர்?” என்று வினவினார். அதற்கு அவள் மறுமொழி புகலாது இருந்தாள். அவரை மீண்டும் மீண்டும் இராமலிங்கம் வற்புறுத்தினார். அதனால் அவ்வம்மை தனது கண்ணீரைத் துடைத்துக் கொண்டு, “தம்பி உன் நிலைமையைக் குறித்துத் தான் அழுகிறேன்; நீ எப்படி உலகில் வாழப் போகிறாய்?”

இராமலிங்கம் அறிவு தூண்டப்பட்டது: உணர்ச்சி ஓங்கியது அன்னையினும் ஆயிரம் மடங்கு அதிகமாகத் தம்மைப் பேணி வளர்த்த அண்ணியார் வருத்தத்தை அவரால் தாங்க

முடியவில்லை. அவர் அவ்வம்மையை நோக்கி, "அண்ணியம்மா, உங்கள் விருப்பம் யாது? அதைக் கூறினால் தட்டின்றிச் செய்வேன்" என்றார். "நீ உன் தமையனார் விருப்பம் போல் கல்வி கற்க வேண்டியதைத் தவிர்த்து, நான் என்ன சொல்லப் போகிறேன்," என்றார். "அப்படியே நான் செய்யத் தடையில்லை. நாளைக்கே மேன்மாடியில் எனக்குத் தனியே ஓர் அறையை விட்டுவிட வேண்டும். அவ்வறையை மெழுகித் தூய்மை - செய்து வைத்து விடுங்கள் நான் கல்வி கற்கத் தொடங்குவேன்" என்றார் அவர். அண்ணியம்மை அங்ஙனமே செய்ய ஒப்புக்கொண்டார். அதன்மேல் இராமலிங்கம் தமக்கு ஒரு நிலைக்கண்ணாடியும் சில பரிமள வர்த்திகளும் வேண்டுமென அண்ணியிடம் கூறிப் பொருள் பெற்றுக்க கொண்டு அவற்றை வாங்கி வந்து தமது அறையிலே வைத்துக் கொண்டார். பிறகு அவ்வறையின் கதவை மூடிக் கொண்டு நாடோறும் படித்துக்கொண்டு வந்தார். சபாபதிப்பிள்ளை ஏதோ தம் இளவல் நல்வழியில் திரும்பிவிட்டான் என்றெண்ணிப் பேசாமலிருந்தார். ஆனால் இராமலிங்கம் இன்ன நூலைப் படிக்கின்றார் என்பது யாருக்கும் தெரியாது. கேட்பவர்கட்கெல்லாம் அவர் "இராமலிங்கம் ஏதோ குறிப்பாய் ஓரிடத்தில் தங்கித் தரித்து இருக்கின்றான்; கதவை மூடிக்கொண்டு நாள் முழுவதும் படித்துக் கொண்டிருக்கிறான்; ஆனால் அவன் இன்னது படிக்கின்றான் என்பது இறைவனுக்கே வெளிச்சம்", என்று மொழிந்தனர், எனினும் அவருக்கு வீடு தங்கித் தம் தம்பி இருப்பது பெரு மகிழ்வை விளைவித்தது. இங்ஙனம் சிறிது காலம் சென்றது.

பின்பு, ஒரு நாள் சபாபதிப் பிள்ளைக்குக் கையேடு வாசிக்கும் பெண்மணி நோயுற்றாள். அவருக்குக் கையேடு அவ்வம்மையே வாசித்து வருதல் வழக்கம். அவ்வம்மை இனிய குரலும் சிறிது இசைப் பயிற்சியும் உடையவள்; பிரசங்கத்தின் இடையிடையே தேவாரத் திருப்பாசுரங்களைப் பண்ணுடன் பாடுவாள். அன்றியும், பௌராணிகருக்கு ஆங்காங்கு வேண்டப்படும் மேற்கோள்களைச் சமயமறிந்து எடுத்துச் சொல்லுவாள். அதனால் சபாபதிப் பிள்ளைக்கு அவ்வம்மையின் உதவியின்றிப் புராணஞ்சொல்லுதல் இயலாததாக இருந்தது. ஏடுவாசிப்பவர் பெண்பாலராயிருந்ததால் சில இடர்ப்பாடுகளும் இருந்தன.

அவ்வம்மை கைம்பெண், சபாபதிப்பிள்ளைக்கு நெருங்கிய உறவினள். அவள் யாருடைய பார்வைக்கும் தோன்றாதவாறு அவளைச் சுற்றி ஒரு மெல்லிய துணி சதுரமாகக் கட்டப்படல் வேண்டும். அங்ஙனம் கட்டப்படுதல் குறித்த நேரத்திற்கு முன்னரே நடைபெறல் வேண்டும். இவ்வளவு இடர்ப்பாடுகளையும் எண்ணாமல் சபாபத்திப் பிள்ளை அவள் வருவாய் தமது குடும்பத்தைச் சார்தலினாலும், அவள் திறமையுடையவளாக இருத்தலாலும், வேறொருவர் தமக்குக் கிடைக்காததாலும், அவளைக் கொண்டே தமது தொழிலை நடத்தி வந்தனர் ஆனால் அவருக்கு அடிக்கடி தம் சகோதரர் கையேடு வாசிப்பதாயிருந்தால் எவ்வளவு நன்றாயிருக்கும் என்னும் எண்ணம் உதிப்பதுண்டு.

அற்றைநாள் கையேடு வாசிக்கும் பெண்மணி பிணியாயிருந்ததால் அன்று பிரசங்கத்தை நிறுத்திவைக்க வேண்டும். ஆனால் அன்று பிரசங்கம் நிறுத்தக் கூடாததாயிருந்தது. பிரசங்கம் வைத்தவர்கள் ஆவலோடு அதை எதிர்பார்த்துக் கொண்டிருந்தனர்; அவர்கள் ஏமாற்றத்தை அடைவது சபாபதிப் பிள்ளைக்கு விருப்பமில்லை. அதனால், அவர்தம் இனிய அரிய மனைவியை அழைத்து, "இன்று என்ன செய்வது? பிரசங்கத்தை நிறுத்த எனக்கு எள்ளவும் விருப்பமில்லை! ஏடு வாசிக்கவோ ஆளில்லை. நான் தனியாகச் சொன்னாலும் சபைக்கு அலங்காரமாய் இராது" என்றனர். அவ்வம்மை உடனே, "இதோ வந்துவிட்டேன்" என்று கூறித் தம் கொழுந்தரிடம் சென்று, "தம்பி, உன் தமையனார், பிரசங்கம் நின்றுவிடுகிறதே என்று தவிக்கிறார்; நீ ஏடு வாசிக்க மாட்டாயா? நீ வாசிப்பதாய் இருந்தால் பிரசங்கம் நடைபெறலா மல்லவா? வாசிக்கிறாயா? தைரியமாய்ச சொல்," என்று கேட்டாள். இராமலிங்கம் சிறிதும் தாழ்த்தாது கையேடு வாசிக்க ஒப்புக்கொண்டார். இதனை உவகை தளும்பக் கேட்டுக்கொண்ட அவ்வம்மை, தன் கணவனாருக்கு இதனை எடுத்து மொழிய, அவர் அரை மனமாய் ஒப்புக் கொண்டார்; அவருக்கு இராமலிங்கம் எப்படிப் படிப்பானோ என்று ஐயுறவு இருந்தது.

அன்று இரவு பிரசங்கம் துவக்கப்பட்டது. சபாபதிப் பிள்ளை கடவுள் வணக்கச் செய்யுட்களைச் சொல்லி முடித்தனர்.

இராமலிங்கம் புராணம் வாசிக்கத் தொடங்கினார். எடுத்த எடுப்பே எல்லாருக்கும் இன்பத்தை ஊட்டியது; குரலின் சுவையும் கூடிக்கொண்டது; சொல்லும் வகையோ மனத்தைக் கரைக்கிறது; ஒவ்வொரு மொழியும் உள்ளத்தே பொதிந்து அன்பிலூறித் தேனிலூறிய பழம் போலத் தித்திப்பூறி வருகின்றது. பாட்டைப் பிரித்துப் பிரித்து அந்நுவயித்துப் படித்தார்; இடமறிந்து தொடர்களை எடுத்துக் கொடுத்தார். மக்கள் அளவற்ற மகிழ்ச்சி அடைந்தனர். சபாபதிப் பிள்ளைக்கோ உவகை பொங்கி வழிந்தது. சிலர், 'அப்பா, இவர் தீபத்தில் ஏற்றிய தீவர்த்தி' என்றார்கள். சிலர், 'ஓரே தறியில் துணித்த துண்டு' என்றார்கள் சிலர் 'இது உற்பாத பிண்டம்' என்றார்கள். பிரசங்க சபையில் தேவாமிர்தம் கொழித்தது.

அன்றிரவு பிரசங்கம் முடிந்தவுடன் சபாபதிப் பிள்ளை மனையைச் சேர்ந்து, தம் அரும் பெறல் வாழ்க்கைச் செல்வியிடம் நிகழ்ந்தவற்றைச் செப்பி நிறை மகிழ்வு கொண்டார். அவ்வம்மை ஏதோ கடவுள் கண்திறந்தார் என்று கூறி முகமலர்ச்சியுடன் தன் கணவரிடம் மொழிந்து விட்டு, உள்ளுக்குள் பெருங்களிப்படைந்தாள். அவ்வம்மை மறுநாள் தம்பிக்குக் கண்ணேறு கழித்தாள்; இராமலிங்கம் புன்னகை அரும்பினார். இப்பொழுதும் இராமலிங்கம் மூத்தவர் எதிரிலே வருவதில்லை. இங்ஙனம் பல நாள் சென்றன.

ஒருநாள் சபாபதிப்பிள்ளை திடீரெனக் கடுங் காய்ச்சலால் வருந்தினார். அன்று முத்தியாலுப் பேட்டையில் செல்வத்தில் சிறந்த ஒரு வணிகர் வீட்டில் பிரசங்கம். அவருக்கோ படுக்கையை விட்டு எழவும் இயலவில்லை பித்தம் தலை சுற்றுகிறது; தலையிடிக்கிறது. அவர் மனைவியிடம் சொல்லித் தம்பி இராமலிங்கத்தை அழைத்தார். "அப்பா, நீ செட்டியாரிடம் சென்று நான் இவ்வாறு துன்புறுவதாகச் சொல்லிவிட்டுவா," என்று அனுப்பினார். அவர் பணித்தவறே இராமலிங்கம் அங்கே சென்றார். மக்கள் திரண்டிருந்தனர்; சுவாமி படங்கள் பல அழகாக அலங்காரஞ் செய்யப்பட்டிருந்தன; கூடத்தின் நடுவில் பெரிய நடராஜ படம் ஒன்று ரோஜா மாலை சூட்டி ஒரு பலகையின் மீது வைக்கப்பட்டிருந்தது. அப்படத்தின் திருவுருவம் புதிதாகச் சமைக்கப் பட்டது; அது பேரழகு ததும்பி இருந்தது.

அதன் முன்னர்த் தேங்காய், பழம், கடலை, கற்கண்டு முதலான தின்பண்டங்கள் தட்டுத் தட்டாய் வைக்கப்பட்டிருந்தன. இந்நிலையில் இராமலிங்கம் சென்று பிரசங்கம் நடைபெறமுடியாமையைப் பற்றிக் கூறினால் அவர்கள் மனம் எப்படி இருக்கும்! செட்டியார் உள்ளம் உடைந்தார்; பெருமூச் செறிந்தார்; இனி என்ன செய்வேன் என்று கவன்றார். அப்போது, அவருக்கு அக்கம் பக்கத்திலேயிருந்தவர்கள் அவர் நிலையை உணர்ந்து, இராமலிங்கத்தைத் தம்மாலியன்ற வரையில் பிரசங்கம் செய்யவேண்டு மென்று வற்புறுத்திக் கேட்டுக்கொண்டனர். அவரோ தமக்கு யாதுந் தெரியாதெனப் பன்முறை தடுத்தார். அவர்கள் அவரை விட்டபாடில்லை. அதன்மேல் அருள் கனிந்த நெஞ்சையுடைய இராமலிங்கம் அன்று சொல்லக் கடவதாகிய பரஞ்சோதி முனிவர் திருவாய் மலர்ந்தருளிய திருவிளையாடற் புராணத்துள், வாதவூரடிகளுக்கு உபதேசித்த படலத்தைப் பத்திச் சுவை சொட்டச் சொட்ட யாவரும் கருவிகரணாதி சேட்டையற்று நிற்ப, விடிய விடியப் பிரசங்கித்தனர். ஜனங்கள் வியப்பால் விழுங்கப் பட்டு இராமலிங்கம் சாதாரண மனித ரல்லர்; ஏதோ தெய்வப்பிண்டம் எனக் கொண்டு அவர்பால் அச்சமும் அன்பும் கொண்டு நின்றனர்.

பிறகு அவ்வணிகப் பிரபு சபாபதிப் பிள்ளைக்குப் பதிலாக இனி அவர் தம்பியே பிரசங்கம் செய்தால் போதுமென்று கூறினர். சபாபதிப் பிள்ளை 'குடும்ப பாரம் இனிக் குறையும்'; இருவரும் பொருள் ஈட்டுதல் சாலவும் நன்றெனஉட்கொண்டு வேறோரிடத்தில் தாமும் பிரசங்கஞ் செய்து வந்தனர்.

இப்படி நிகழுங் காலத்தில், சபாபதிப் பிள்ளைக்குத் தம் தம்பியார் பிரசங்கத்தைக் கேட்க வேண்டுமென்ற பேரவா உண்டாயிற்று. அதனால், அவர் ஒரு நாள் முக்கியமாகத் தம்பியாருக்கு, பொதுவாகப் பிறருக்குத் தெரியாதபடி சபையின் ஒரு மூலையில் இருந்தார். பிரசங்கம் தொடங்கப்பட்டது; கையேடும் இல்லை; பேரேடும் இல்லை. இராமலிங்கம் பெரிய புராணத்திலே 'திருவாரூர்ச் சிறப்பை' எடுத்துக்கொண்டு சோனாமாரியாகப் பொழியத் தலைப்பட்டார். அவர் வாக்கிலே மதுரமான தமிழ்ச் சொற்கள் தங்கு தடையின்றிக் கரைபுரண்ட

வெள்ளம் போல வந்து கொண்டிருந்தன; மனத்தில் கருத்துக்கள் புதிது புதிதாகத் தோன்றிக்கொண்டே யிருந்தன; சொல்லும் தோரணையும் வாக்குப்படுத்துவதும், காட்டும் நயனும் பயனும் சபாபதிப்பிள்ளைக்குப் பீதியை உண்டாக்கின. அன்று முதல் அவர் தம் தம்பியாரைத் தெய்வமாகவே கருதிவந்தார்"

-இராமலிங்க சுவாமிகள் கல்வி கற்ற வரலாறு

மணி. திருநாவுக்கரசு முதலியாரின் மேற்படி கண்ட கட்டுரையிலிருந்து வள்ளலாரின் சொற்பொழிவுத் தொடக்கத்தினை அறிந்து கொண்டிருக்கிறோம். அண்ணனுக்கு பதிலாக திருவிளையாடல் புராணத்தில் வாதவூரடிகளுக்கு உபதேசதித்த படலத்தைப் பேசி சொற்பழிவாளனாக தோன்றி பின் பெரியபுராண திருவாரூர்ச் சிறப்பைப் பேசி தன் உரை பணியை தொடங்கித் தொடர்ந்திருக்கிறார் வள்ளலார். இப்பணி சத்சங்கமாய் சத்விசாரமாய் நிறைவு வாழ்க்கை வரையும் அவரிடம் தொடர்ந்தது.

சாற்று கவி தந்த வள்ளல்

திருவருட்பா, விண்ணப்பம், உரைநடைப்பகுதி திருமுகங்கள் எனும் வள்ளலாரின் எழுத்துப் பணியில் முக்கியமாக நாம் பதிவு செய்ய வேண்டிய ஒன்று, ஐயாவின் சாற்றுக்கவிகளாகும். பல்வேறு காலங்களில் பல அன்பர்கள் விரும்பிக் கேட்டுக்கொண்டபடியால் அவர்களுக்கு சாற்றுகவியினை வள்ளலார் வழங்கியிருப்பதை அவருடைய வாழ்க்கை வரலாற்றினூடாக அறிய முடிகின்றது.

சாற்றுகவிகள் என்பது புதிதாக நூல் இயற்றும் ஆசிரியர் மேல் பிறிதொருவர் பாயிரம் அமைப்பதாகும். பொதுவாக பத்தொன்பதாம் நூற்றாண்டில் ஏட்டுச்சுவடியாக இருந்த பழைய நூல்களை அச்சுப்புத்தகமாக அச்சிட்டோரும், புதிதாக நூல்களை இயற்றி பதிப்பித்தவர்களும், தம்முடன் பயின்றவர்,

நண்பர், ஆசிரியர், அல்லது மாணவர்களிடமிருந்து சாற்றுக்கவி பெற்றுத் தமது நூலில் அச்சிட்டனர். இன்றைய மொழி நடையில் சொல்வதென்றால் 'அணிந்துரை'.

'ஆசிரியப்பிரானுடைய சாற்றுகவி இருந்தால் தம்நூலுக்குப் புகழும் சிறப்பும் ஏற்படும் எனப் பலரும் விரும்பினார்கள். பலர் அவரிடம் சாற்றுக்கவிகளே வாங்கினார்கள்' என்று உ.வே. சாமிநாதய்யரிடம் சாற்றுக்கவி பெற பலர் விரும்பியதை 'என் ஆசிரியப்பிரான்' எனும் நூலில் கி.வ.ஜகந்நாதன் குறப்பிடுகிறார்.

ஒரு நூல் சாற்றுகவியினோடு இருப்பதன் மூலம் அதன் நூல் ஆசிரியர், உரையாசிரியர், பதிப்பாசிரியர் பற்றி அறிந்து கொள்ளலாம். ஒரே காலத்தில் இருந்தப் புலவர்களைப் பற்றி தெரிந்து கொள்ளலாம்.

இத்தகு சாற்றுகவி வழங்கும் செயலை வள்ளலாரிடத்து பல இடங்களில் பார்க்க முடிகின்றது. பத்தொன்பதாம் நூற்றாண்டில் சாற்றுகவி வழங்கிய பெரியவர்களுள் முதன்மையானவராகவும், முக்கியமானவராகவும் வள்ளலார் அமைகின்றார்.

திருமழிசை முத்துசாமி முதலியார் என்பார் நம் வள்ளலாரிடத்து பெரிதும் அன்புகொண்டவர் அதனொடு அட்பெருஞ்ஜோதி ஆண்டவரிடத்தும் அன்புடையவர். தமிழ் மொழி ஆராய்ச்சிகள் மீது பெரிதும் நாட்டம் கொண்டவர் அத்தகைய அறிஞர் தாம் இயற்றிய பாடல்களுக்கு சாற்றுகவி வழங்க வேண்டும் என்று வள்ளலாரைக் கேட்டுக் கொண்டார். அடிகளும் அவருடையப் பாடல்களைப் படித்து அந்நூலுக்குச் சிறப்பு சேர்க்கும் விதமாக அருட் கவி ஒன்றனையும் வழங்கினார். முத்துசாமி அவர்கள் இயற்றிய பாடல்கள் கடவுளின் திறங்களை எடுத்தோதும் விதமாக அமைந்ததால் அதற்கேற்றபடி 'ஒரு வகைப் பொருடெரித்' என்னும் தலைப்பினையுடைய சாற்றுகவியை அளித்தார்

திருவருட்பிரகாச வள்ளலார்
திருமழிசை வைத்தியலிங்க தேவர் குமாரர்
முத்துசாமி முதலியார் பாடிய தோத்திரங்களைக் கண்ணுற்றுப்
பாடியருளிய சாற்றுகவி

ஒருவகைப் பொருடெரித் துயவுதீர் மறைகணான் கொன்றி வாழ்க
வுயரரன் றருமேழு நான்கதா மாகம முலகின் மல்க
இருவகைப் பவமொழித் திலகும்வெண் ணீற்றின மெங்கு மோங்க
இணையின லறமுனாம் பயனொரு நான்குமீ டேறி வெல்க
பொருவலற் றரையரெத் திசையுளு நீதியாற் பொலிக யாரும்
புகழ்சிவாத் துவிதசித் தாந்தமெய்ச் சரணரெண் புல்கநாளுந்
திருவருட் பனுவல்சொற் றிடுமவர்க் கெண்டிரு சேர்க வாதைச்
செப்பு முத்துச்சுவா மிக்கவிக் குரிசில்சீர் செழிக மாதோ.

திருச்சிற்றம்பலம்

திருப்பாதிரிப்புலியூர் இயற்றமிழாசிரியர் சிவசிதம்பர முதலியார் என்பவர், தாம் பாடி இயற்றிய 'பதிற்றுப் பத்தந்தாதியை' பார்வையிட்டு அதற்கேற்ற ஒரு சாற்றுகவியை தர வேண்டும் என்று வள்ளலாரை வேண்டினார். ஐயாவும் அதனை பார்வையிட்டார். பிறகு 'இன்னின்ன பாக்களிலுள்ள, இன்னின்ன சொற்கள், இன்னின்ன சொற்களாக இருக்குமேயானால் நன்றாயிருக்கும்' என்று ஒரு சிலவற்றைச் சொல்ல அவற்றுக்கேற்றபடியே சிவசிதம்பரனாரும் சீர்செய்து வழங்கினார். அதனை பார்த்து மகிழ்ந்து அவர்நூலுக்கு அற்புதமான சாற்றுக்கவி யொன்றையும் அளித்தார் வள்ளலார்.

வள்ளலார் இயற்றியருளிய
சாற்றுகவி
இற்றைக்கு 67 – வருஷத்திற்குமுன் (இராக்ஷச வருஷம்)
மதுரைத் திருஞான சம்பந்த சுவாமிக ளாதீனத்துச்
சிதம்பர சுவாமிகள் அச்சிட்ட சிதம்பர
புராணத்திற்கு அருளிய பாடல்கள்

சிதம்பரபுராணம் இதம்பெறத்திருத்திய
சிதம்பரமுனிவன் பதம்பரவியது,
செம்மலர்ச் செம்மலுந் திருத்தகு நிறத்தனும்
அம்மலர்க் கரத்திற் கம்மலர் கடவுளும்
படைத்திடன் முன்னாப் பயனுறுபெருந்தொழி
ணடைத்திற மூன்று நடா அய்ப் பிறங்கிய
தத்தந் தலைமையிற் றாழ்வின்றி யோங்குபு(5)

புண்ணிய சிதம்பர புராணத் தண்ணை
நுண்ணிய வறிவா னோக்குபு திருத்தம்

ஏர்பெற லியற்றி யாவரும் பயின்றுயப்
பாருறு மச்சிற் பதிப்பித் தருளிய
உதவியை நினைந்துள முவந்து முப்பொழுதும்
பதமரு ளவனருட் பதமிறைஞ் சுதுமே.(70)

ஆசிரியர் விருத்தம்

உலகெலாம் புகழுஞ் சிதம்பர வரலா
றுயிரெலா முணர்ந்துவீ ட்டைவான்
அலகுறா மடற்க ணெழுதுறா வெழுத்தி
னமைவித்த வருட்பெருஞ் கடலே
இலகுசீர்க் கூடன் மடாலயத் தமர்ந்த
வெழிற்றிஞ ஞானசம் பந்தத்
திலகசற் குருவி னருள்பெறும் பொருளே
சிதம்பர மாதபோ நிதியே(1)

ஒன்றெனி லிரண்டாங் குறுமய லதனா
லொன்றெனக் குறித்தலு மொழித்தே
நின்றனை யெனினீ நின்றனை யறிதி
நெறியிதென் றுணர்த்திய நிறைவே
மன்றிலா னந்த வாரிவா யமுதம்
வாரியுண் டெழுஞ்செழு முகிலே
தென்றிசைக் கணிகொண் டோங்கிய மதுரைச்
சிதம்பர மாதபோ நிதியே.(5)

இதில் சிதம்பர சுவாமிகள் "தண்ணீர் விளக்கெரித்த தன்மைபோன்..." என்னும் வரியில் வள்ளலார் நீரில் விளக்கெரித்த வரலாற்றைப் பதிவு செய்கிறார்.

(ச.மு.க. பதிப்பு 2014, பக்கம் 626 - 629)

கவிபாடுவதில் கம்பர் எனப் பெயரும், புகழும் வாய்ந்தவரும், திருவாவடுதுறை ஆதீனத்து மகாவித்வானாக இருந்தவருமாகிய மகாவித்துவான் மீனாட்சி சுந்தரம்பிள்ளை அவர்கள் வள்ளலாரின் சமகாலப் புலவராவார். பத்தொன்பதாம் நூற்றாண்டின் ஆகச்சிறந்த தமிழறிஞர்களில் ஒருவராக நட்சத்திரமாகத் திகழ்ந்த இவர் தம்முடைய மாணவராகிய மாயூரம் வேதநாயகம் பிள்ளை இயற்றிய நூல்களுக்கு சாற்றுக்கவி வழங்க வேண்டும் என்றும் வேண்டி நேரில் சந்தித்தார்.

வள்ளலாரும் வித்துவானை தழுவியேற்று வரவேற்றார். பிள்ளையவர்களும் வள்ளலாரை வணங்கி அமர்ந்து தம் கருத்தை வெளியிட வள்ளலாரும் அவ்வாறே சாற்றுக்கவி வழங்க ஒப்புக் கொண்டார். அதன்பிறகு வள்ளராரிடம் வித்துவான் அவர்கள் 'இங்கிதமாலை'யைப் பற்றிச் சிறிது விளக்கம் தரும்படி கேட்டுக்கொண்டார். அதற்காக முதற்பாட்டிற்கு மட்டும் நான்கு மணிநேரம்வரை பலவகையான உரைகளை விரித்ததோடு அதற்குமேலாக அனுபவ உரைகளையும் கொடுத்துக்கொண்டிருந்தார்.

அவ்வுரையைக் கிரகித்துக்கொள்ள முடியாமல் திகைத்துப்போனார் வித்துவான். அது கண்டு வள்ளலாரும் உரையை நிறுத்திக்கொள்ள, மீனாட்சி சுந்தரம் பிள்ளை அவர்கள் வள்ளலாரிடத்து பொங்கி வழியும் ஞான அமுதைக் கண்டு வியப்பும், ஆனந்தமும் கொண்டார். இச்சாற்றுகவி பின்வருமாறு

அறுசீர்க் கழிநெடிலடி ஆசிரியர் விருத்தம்

வளங்கொள்குளத் தூர்அமர்ந்த வேதநா
யகன்அருளால் வயங்க முன்னாள்
உளங்கொள்மனு உரைத்தனன்ஓர் நீதிநூல்
அந்நூற்பின் உறுநூலாக
துளங்கிடும்அவ்வூர்உறைஅத் தோன்றல் ஓர்
நீதிநூல் சொன்னான் இந்நாள்
விளங்கும் இந்நூல் முன்னர்மற்றை
நூல்எல்லாம் கிழிபடத்தின்
வெண்ணூல் அன்றே!

மேலும் சில சாற்றுக்கவிகள்:

முத்துகிருஷ்ண பிரம்மம் அச்சிட்ட நிஷ்டானுபூதியின் உரைக்குப் பிள்ளைப்பெருமான் அருளிய சாற்றுகவி.

நலங்கொள்சிவ யோகமண நாற்றிசையு மணக்கும்
ஞானமணங் கந்திக்கு மோனமண நாறும்
விலங்கலில்சித் தாந்தமணம் பரிமளிக்கும் இன்பா
வேதாந்த மணங்கமழும் வேதமணம் வீசும்

தலங்கொளுமெய் யத்துவிதத் திருமணமும் பரவும்
தனிமுத்துக் கிருட்டினப்பேர் தங்கியநம் பிரமம்
வலங்கொளநன் னிட்டானு பூதியெனு நூற்கே
வாய்மலர்ந்த வுரையெனுமோர் மாமலரி னிடத்தே

கூடலூர் - தேவநாயகம் பிள்ளை இயற்றிய
தோத்திரப்பாக்களைத் திருத்தியருளி அளித்த சாற்றுகவி

இரும்புருக்க வுலேக்களைந்தோ றுழல்கின்றீர்
இரும்பொன்றே இளகாக் கல்லும்
விரும்பியொரு கணத்துருக்கும் உளவொன்று
கேட்கவள மேவு கூடற்
பெரும்புகழான் தேவநா தன் பரனைக்
குறித்தன்பு பிறங்கப் பாடும்
கரும்பியைந்த சுவைப்பாட்டில் ஒன்றவைக்கு
முன்பாடிக்காணு வீரே!

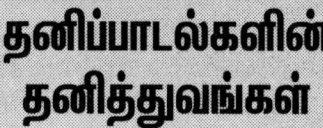

தனிப்பாடல்களின் தனித்துவங்கள்

வள்ளலார் திருவருட்பா ஆறுதிரு முறைகளுக்குள் சேராத சில பாடல்கள் பலவற்றை தம் அருட்கருணையினால் பலருக்கு பல சூழல்களில் வழங்கியிருக்கின்றார். அவை தனிப்பாடல் எனும் படைப்பிற்குள் சேர்க்கப்பட வேண்டியவை ஆகும். அத்தகு தனிப்பாடல்களைச் சுற்றி குறிப்பிட்ட கதைகளும், மனிதர்களும் இடம்பெறுகின்றனர். சில தனிப்பாடல்கள் சுவாரஸ்யமான பின்புலத்தைக் கொண்டதாயும் அமைந்துள்ளன. இவை வள்ளலாரின் தமிழ்ப்புலமையைக் காட்டுவதாயும் அமைந்துள்ளன.

உதாரணமாக வள்ளலார் எப்போதும் இறைவனையேப் பாடும் இயல்புடையவர். அரசர்களை, அதிகாரிகளை,

மனிதர்களைப் பாடும் செயலை விரும்பாதவர். மனிதர்களைப் பாடுவதில்லை என்ற வைராக்கியத்தோடு விளங்கியவர். அவ்வாறு இருக்க ஒருநாள் சென்னையில் வாழ்கின்ற கந்தசாமி என்பவர் சரிசெய்ய முடியாத அளவிலான வறுமை அவரை வாட்டியதால் அடிகளிடம் வந்து "எனது வறுமையை நீக்கிக் கொள்ளும் பொருட்டு சுவாமிகள் சில பிரபுக்களுக்குச் சீட்டுக் கொடுத்து அருள வேண்டும்" என வேண்டினார். ஆனால் அதற்கு வள்ளலாரோ அவரை நோக்கி

"ஏட்டாலுங் கேளயலென்பாரை நான்கிரித் தென்னை வெட்டிப்
போட்டாலும் வேறிடங்கேளே னென்னாணைப் புறம்விடுத்துக்
கேட்டாலு மென்னையுடையா னிடஞ்சென்று கேட்பனென்றே
நீட்டாலும் வாயுரைப் பாட்டாலுஞ் சொல்லி நிறுத்துவனே."

என்னும் திருப்பாடலைக் கூறி நாம் எதற்கும் எல்லாம் வல்லவராகிய அருட்பெருஞ்சோதி இறைவரை.யே வேண்டுவமல்லது, இவ்வுலகமாந்தரை மதித்து ஏற்கமாட்டோம்; நீரும் அவ்வழியே பற்றி ஆண்டவரையே வேண்டும். அவனருளால் உமது வறுமை சூரியனைக் கண்ட பனிபோல் விலகிவிடும் என்று உபதேசித் தனுப்பினார்.

ஆண்டவனைத்தவிற அடியார்களைத் தவிற வேறு யாரையும் குறித்துப் பாடமாட்டேன் எனும் வள்ளலாரின் திடத்தினை இந்தத் தனிப்பாடல் உணர்த்துகின்றது.

இன்றைக்கு பள்ளிக்கூடங்களில் மாணவர்களை ஆசிரியர் அடிக்கலாமா கூடாதா என்ற வாதங்கள் போய்க்கொண்டிருக் கின்றன. சட்டப்படி அடிப்பது தவறாகவும் இருக்கிறது. ஆனால் சிலர் ஆசிரியரின் கண்டிப்பு இல்லாது போனால் எதிர்காலத்தில் தவறானப் பாதையில் பிள்ளைகள் சென்றுவிடுவார்கள் என்றெல்லாம் சொல்கிறார்கள். இதுகுறித்தப் பாடல் ஒன்றை வள்ளலார் தருகிறார். சுந்தரம்பிள்ளை என்னும் தன்னுடைய இணக்கத்தோழர் அவரிடம் பயிலும் தம் தமையனின் பிள்ளை வடிவேல் முதலான மாணவர்களுக்கு பாடஞ்சொல்லிக் கொடுக்கும்போது அடிக்கடி அடிப்பதாகக் கேள்விப்பட்டவர் சுந்தரத்திற்கு இப்பாடலை எழுதி கடிதமாக அனுப்புகின்றார்.

"படிப்பதுநன் றனத்தெரிந்த பாங்குடையாய்
மன்றுள்வெளிப் பரம னன்பே
தடிப்துநன் றெனத்தெரிந்த சதுருடையாய்
அறநவின்ற தவத்தாய் வீணில்
துடிப்பதிலாத் தூயமனச் சுந்தரப்பேர்
உடையாய் என்தோழ கேள்நீ
அடிப்பதுமச் சிறுவர்களை யடிப்பதுநன்
றலவென்மேல் ஆணை யாணை."

சிறுவர்களை அடிப்பது நன்றில்லை இது என்மேல் ஆணை என்று அறிவுரைக்கிறார். ஜீவகாருண்யமே வள்ளலார் எனில் வேறென்ன பதிலை நாம் அவரிடம் எதிர்ப்பார்ப்பது.

ஒருமுறை சபாபதி முதலியார் வேண்டிக்கொண்டதன் பேரில் அவருடைய இல்லத்தில் நடைபெற்ற திருமணத்திற்கு சென்றார். அங்கு அனைவரும் ஜோடு, சொக்காய், சரிகைத்தலைப்பாகை என ஆடம்பரமாக இருப்பதையும், அவ்வாறு ஆடம்பரமாக வருபவர்களுக்கே மதிப்பளிக்கப் படுவதையும் கண்டு வேதனையுற்று எதிர்வீட்டுத் திண்ணையில் அமர்ந்து கொண்டு, அவர்களுக்கு அறிவு புகுத்தும் விதமாகப் பாடுகின்றார்.

"சோடில்லை மேல்வெள்ளைச் சொக்காயிலைநல்ல சோமனில்லை
பாடில்லை கையிற் பணமில்லை தேகப்பருமனில்லை
வீடில்லை யாதொரு வீறாப்புமில்லை விவாகமது
நாடில்லை நீநெஞ்சமே யெந்தவா றினிநண் ணுவையே."

வள்ளலாரின் தனிப்பாடல்கள் சில பெரிய மாற்றங்களையே இம்மண்ணில் உண்டு பண்ணியிருக்கின்றன. ஒருகால், வள்ளல் திருமுல்லைவாயில் முதலான திருத்தலங்களையெல்லாம் வணங்கிக்கொண்டு பாடி என தற்போது அழைக்கப்படும் திருவலிதாயத்திற்கு வந்து சிவபெருமானை தரிசித்தார். அங்கே கவனக்குறைவோ என்னவோ சிவபெருமானின் லிங்கத்திருமேனிக்கு கந்தலாடை சுற்றியிருப்பதைப் பார்த்து வேதனையுற்று ஒரு செந்தமிழ்ப் பாடலைப் பாடினார்.

"சிந்தை நின்ற சிவாநந்தச் செல்வமே
யெந்தை யேயெமை யாட்கொண்ட தெய்வவே

தந்தை யேயவலி தாயத்த லைவநீ
கந்தை சுற்றுங் கணக்கது வென்கொலோ"

    இதனைப் பாடி கழிந்த சில காலங்கள் கழிந்தெல்லாம் அத்திருவலிதாயம் சீரும் சிறப்பும் பெற்றதாய் மாறியது. இன்றைக்கு வரையும் அது சிறப்பொடு இருப்பதை யாவரும் அறிந்த ஒன்றே.

திருவருட்பாவில் சிற்றிலக்கிய மரவு

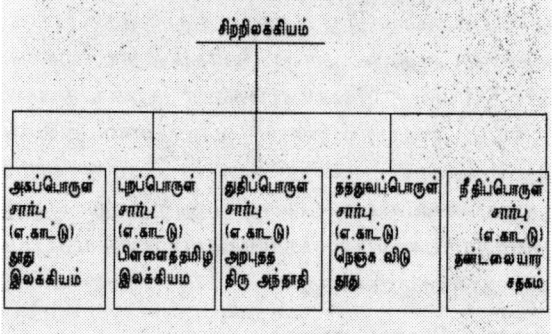

சிற்றிலக்கியம் என்பது தமிழ்மொழியில் காணப்படும் இலக்கிய வகைமைகளுள் ஒன்று. தமிழில் சங்க இலக்கியம், நீதி இலக்கியம், பக்தி இலக்கியம், காப்பிய இலக்கியம், புராண இலக்கியம், உரைநடை இலக்கியம் என்று பல இலக்கிய வகைகள் உள்ளன. அவற்றுள் ஒன்றே சிற்றிலக்கியம். இது பாடல் எண்ணிக்கை அல்லது அடிகளின் எண்ணிக்கையில் சுருங்கியதாக அமைவது. அகப்பொருள் அல்லது புறப்பொருளில் ஏதேனும் ஒரு துறையைப் பற்றியதாக அமையும். கோவை போன்ற சிற்றிலக்கியங்கள் பல துறைகளைக் கொண்டதாயும் அமையும். இவ்விலக்கிய வகையில் பாடப்பெறும் கடவுள், மன்னன்

அல்லது வள்ளல் ஆகியோருடைய வாழ்வின் ஒரு சிறு கூறு மட்டும் விளக்கப்பட்டிருக்கும். அறம், பொருள், இன்பம், வீடு எனும் நான்கு உறுதிப் பொருள்களில் ஏதேனும் ஒன்றைத் தருவதாக அமையும். இவ்வகையில் தூது, உலா, பிள்ளைத்தமிழ், கலம்பகம், கோவை, குறவஞ்சி போன்ற பல வகை இலக்கியங்கள் சிற்றிலக்கியம் என்கிற வகைமையுள் அடங்கும்.

சிற்றிலக்கியங்களை முதலில் பிரபந்தம் என்று வழங்கினர். பிரபந்தம் என்ற வட சொல்லுக்கு நன்கு வடிவமைக்கப்பட்டது என்பது பொருள். இது அனைத்து இக்கியங்களுக்கும் பொதுவானதே ஆதலால் காலப்போக்கில் சிற்றிலக்கியம் என்ற சொல்லே இவ்வகை இலக்கியங்களை குறிக்க நிலைபெற்றது. சிற்றிலக்கியம் என்பதற்குள் 96 வகையான இலக்கியங்கள் காணப்படுகின்றன என்று கூறும் பொது வழக்குண்டு சிற்றிலக்கிய வகைகள் தொண்ணூற்றாறு என்று கி.பி. பதினாறாம் நூற்றாண்டில் தோன்றிய பிரபந்த மரபியல் எனும் பாட்டியல் நூல் கூறுகின்றது.

"பிள்ளைக் கவிமுதல் புராணம் ஈறாகத்
தொண்ணூற்றாறு என்னும் தொகையது ஆம்"

வீரமாமுனிவர் இயற்றிய சதுரகராதியும் 96 இலக்கிய வகைகளைக் குறிப்பிடுகின்றது. ஆக, இவற்றால் சிற்றிலக்கியங்கள் 96 என்று கூறப்படுவது பொதுவான மரபென்று தெரிகின்றது ஆனால் இன்றைக்கு முந்நூற்று ஐம்பதற்கும் மேற்பட்ட சிற்றிலக்கிய வகைகள் உள்ளன.

இச்சிற்றிலக்கிய மரபு எப்போது தோன்றியது என்று வினவின், சங்ககாலத்திலேயே தோன்றிவிட்டது எனலாம். சங்க இலக்கியத்தை எட்டுத்தொகை, பத்துப்பாட்டு எனப் பிரிக்கின்றனர். அதில் பத்துப்பாட்டில் அமைந்துள்ள திருமுருகாற்றுப்படை, பொருநர் ஆற்றுப்படை, சிறுபாணாற்றுப்படை, பெரும்பாணாற்றுப்படை, கூத்தராற்றுப்படை என்பவை சிற்றிலக்கிய வகையாகும்.

சங்கம் மருவிய காலத்திற்கு பின்னால் வந்த பதிணெண் கீழ்க்கணக்கு நூலில் உள்ள இனியவைநாற்பது, இன்னா நாற்பது, கார்நாற்பது, களவழி நாற்பது ஆகியவையும் சிற்றிலக்கியங் களேயாகும்.

பக்தி இலக்கியக் காலத்தில் நாயமன்மார்கள் அருளிய திருமுறைகள், பன்னிரு ஆழ்வார்கள் தந்த நாலாயிர திவ்யபிரபந்தம் ஆகியவற்றுள் கூட பல்வேறு சிற்றிலக்கியங்கள் இடம்பெற்றுள்ளன. காரைக்காலம்மை பாடிய திருவாலங்காட்டு மூத்த திருப்பதிகம், திருநாவுகரசர் பாடிய திருத்தாண்டகம், மாணிக்கவாசகர் பாடிய திருத்தசாங்கம், திருக்கோவையார், திருமங்கையாழ்வார் பாடிய திருக்குறுந்தாண்டகம் போன்றவை சிற்றிலக்கியங்களேயாகும்.

அதேபோலத்தான் பத்தொன்பதாம் நூற்றாண்டில் வந்த வள்ளல் பெருமானும் தானியற்றிய திருவருட்பாவில் பல்வேறு சிற்றிலக்கிய வகைகளைக் காணும்படி செய்திருக்கிறார். திருமுறையில் பயின்று வரும் பல இலக்கிய வகைகள் திருவருட்பாவிலும் அமையப்பெற்றுள்ளன. வள்ளலார் புதியவகை சிற்றிலக்கியங்களையும் படைத்துள்ளார் என்பது கூடுதல் தகவல்

'மாலை, பத்து, விண்ணப்பம், கொம்மி, விலாசம், விருத்தம், பஞ்சகம், சங்கீர்த்தனம், தோத்திரம், புகழ்ச்சி, கலி வெண்பா, வாழ்த்து, முறையீடு, புலம்பல், அலங்காரம், கண்ணி, லகரி, கீர்த்தனை, பள்ளியெழுச்சி, திருவுந்தியார் என்பன திருவருட்பிரகாச வள்ளலார் அருளிய அருட்பாவில் அமையப் பெற்றுள்ள சிற்றிலக்கிய வகைகள்' என்று ந.வி.ஜெயராமன் வள்ளலாரின் சிற்றிலக்கிய வகைகளைப் பட்டியலிடுகின்றார். இவையினைக் கடந்தும் பல வகைகள் அருட்பாவில் உள்ளன. அவற்றுள் சிலவற்றைக் காண்போம்

அட்டகம்:

எட்டுப் பாடல்களை ஒரே வகையான யாப்பில் பாடுவதற்கு அட்டகம் என்று பெயர். 'பாடல்கள் எட்டு பாடுவது அட்டகம்' என்று இரா. இளங்குமரனும், 'எட்டு உறுப்புகளைக் கொண்ட கூட்டம்' என்று தி.வே.கோபாலையரும் குறிப்பிடுகின்றனர். பொதுவாகவே எட்டுப் பாடல்களைக் கொண்ட தொகுதிக்கு அட்டகம் என்றே பெயர். அட்டகம் எனும் சொல் அஷ்டகம் என்பதன் தமிழ் வடிவமாகும். சிற்றிலக்கிய வகையில் ஒன்றாக விளங்கக் கூடிய இவ்வட்டகம் ஆசிரிய விருத்தத்தால் எட்டுப்

பாடல்களை அந்தாதித்தொடை அமைப்பில் பெற்று இறைவன் காக்க வேண்டும் என்று வேண்டி பாடுவதாகும். திருப்போரூர் அட்டகம், தட்சிணா மூர்த்தி அட்டகம், அரங்க அட்டகம், குமாசைலாட்டகம், சிவாட்டகம் ஆகியவை இதற்கு உதாரணமாகும். இவ்வகையைப் பின்பற்றியே வள்ளலாரும் அட்டகம் படியுள்ளார்.

திருவருட்பா மூன்றாம் திருமுறையில் உள்ள ஞானசிகாமணி மற்றும் திருச்சூர் அட்டகம், ஆறாம் திருமுறையில் அருட்பெருஞ்ஜோதி அட்டகம் ஆகியவை அட்டகம் எனும் சிற்றிலக்கிய மரபைத் தாங்கி எழுதப்பட்டதாகும்.

இதில் அருட்பெருஞ்ஜோதி அட்டகமானது எழுசீர்க் கழிநெடிலடி ஆசிரியர் விருத்தத்தால் அற்புதமான எழுதப்பட்ட அட்டக வகையாகும்

அருட்பெரு வெளியில் அருட்பெரு உலகத்
தருட்பெருந் தலத்துமேல் நிலையில்
அருட்பெரும் பீடத் தருட்பெரு வடிவில்
அருட்பெருந் திருவிலே அமர்ந்த
அருட்பெரும் பதியே அருட்பெரு நிதியே
அருட்பெருஞ் சித்திஎன் அமுதே
அருட்பெருங் களிப்பே அருட்பெருஞ் சுகமே
அருட்பெருஞ் சோதிஎன் அரசே.4617

குலவுபே ரண்டப் பகுதிஓர் அனந்த
கோடிகோ டிகளும்ஆங் காங்கே
நிலவிய பிண்டப் பகுதிகள் முழுதும்
நிகழ்ந்தபற் பலபொருள் திரளும்
விலகுறா தகத்தும் புறத்துமேல் இடத்தும்
மெய்அறி வானந்தம் விளங்க
அலகுறா தொழியா ததுஅதில் விளங்கும்
அருட்பெருஞ் சோதிஎன் அரசே.4618

கண்முதல் பொறியால் மனமுதல் கரணக்
கருவினால் பகுதியின் கருவால்
என்முதல் புருட தரத்தினால் பரத்தால்
இசைக்கும்ஓர் பரம்பர உணர்வால்
விண்முதல் பரையால் பராபர அறிவால்
விளங்குவ தரிதென உணர்ந்தோர்

அண்முதல் தடித்துப் படித்திட ஓங்கும்
அருட்பெருஞ் சோதிஎன் அரசே4619

நசைத்தமேல் நிலைஈ தெனஉணர்ந் தாங்கே
நண்ணியும் கண்ணுறா தந்தோ
திசைத்தமா மறைகள் உயங்கின மயங்கித்
திரும்பின எனில்அதன் இயலை
இசைத்தல்எங் ஙனமோ ஐயகோ சிறிதும்
இசைத்திடு வேம்என நாவை
அசைத்திடற் கரிதென் றுணர்ந்துளோர் வழுத்தும்
அருட்பெருஞ் சோதிஎன் அரசே4620

சுத்தவே தாந்த மவுனமோ அலது
சுத்தசித் தாந்தரா சியமோ
நித்தநா தாந்த நிலைஅனு பவமோ
நிகழ்பிற முடிபின்மேல் முடிபோ
புத்தமு தனைய சமரசத் த்துவோ
பொருள்இயல் அறிந்திலம் எனவே
அத்தகை உணர்ந்தோர் உரைத்துரைத் தேத்தும்
அருட்பெருஞ் சோதிஎன் அரசே.4621

ஏகமோ அன்றி அனேகமோ என்றும்
இயற்கையோ செயற்கையோ சித்தோ
தேகமோ பொதுவோ சிறப்பதோ பெண்ணோ
திகழ்ந்திடும் ஆணதோ அதுவோ
யோகமோ பிரிவோ ஒளியதோ வெளியோ
உரைப்பதெற் றோஎன உணர்ந்தோர்
ஆகமோ டுரைத்து வழுத்தநின் றோங்கும்
அருட்பெருஞ் சோதிஎன் அரசே.4622

தத்துவம் அனைத்தும் தனித்தனி கடந்தேம்
தத்துவா தீதமேல் நிலையில்
சித்தியல் முழுதும் தெரிந்தினம் அவைமேல்
சிவநிலை தெரிந்திடச் சென்றோம்
ஒத்தஅந் நிலைக்கண் யாமும்என் உணர்வும்
ஒருங்குறக் கரைந்துபோ யினம்என்
றத்தகை உணர்ந்தோர் வழுத்தநின் றோங்கும்
அருட்பெருஞ் சோதிஎன் அரசே.4623

எங்குமாய் பிளங்கும் சிற்சபை இடத்தே
இதுஅது எனஉரைப் பரிதாய்த்
தங்கும்ஓர் இயற்கைத் தனிஅனு பவத்தைத்
தந்தெனைத் தன்மயம் ஆக்கிப்
பொங்கும்ஆ னந்த போகபோக் கியனாய்ப்
புத்தமு தருத்திஎன் உளத்தே
அங்கையில் கனிபோன் றமர்ந்தருள் புரிந்து
அருட்பெருஞ் சோதிஎன் அரசே.4624

விருத்தம்:

'பிரபந்தம் தொண்ணூற்றானுள் அரசனுடைய வில், வாள், வேல், செங்கோல், யானை, குதிரை, நாடு, ஊர், குடை இவ்வொன்பதனையும் பப்பத்து விருத்தத்தால் ஒன்று வகையுறப் புகழும் பிரபந்தம்' என்று விருத்தத்திற்கு இலக்கணம் கூறுகிறார் தி.வே.கோபாலையர். விருத்தப்பாவினால் பாடக்கூடிய இலக்கிய வகையாதலால் அதனையேப் பெயராக்க் கொண்டுள்ளது. பாடல்கள் ஆசிரியப்பாவால் அமைய வேண்டும் என்று 'பரிசிலை யானை வாள்குடை வேல் செங் கொலொடு நாடூர் உறுப்பின் அகவல் விருத்தம் பத்தொன் வேண்டினர் புலவர்' எனும்படி பன்னிருபாட்டியல் (நூற் 176) வலியுறுத்துகின்றது.

துறை, தாழிசை விருத்தம் எனும் பாவின வகைகளுள் ஒன்றாக விருத்தம் போற்றப்படுகின்றது. விருத்தம் எனும் யாப்பை இலக்கிய வகையாக மாற்றிய பெருமை நாயன்மார்களையும் ஆழ்வார்களையுமே சேரும் என்கிறார். ஆய்வாளர் யு.கலைவாணி, சேலம்.

இத்தகைய விருத்தப்பாவை வள்ளலார் நான்காம் திருமுறையில் 'தனித்திருவிருத்தம்' என்ற பெயரிலும் முதல் திருமுறையில் 'போற்றித் திருவிருத்தம்' என்ற பெயரிலும் பாடியமைத்திருக்கிறார். இதில் தனித்திருவிருத்தம் என்பது கட்டளை கலித்துறையில் எழுதப்பட்ட அரும்பாடலாகும்

நீர்பூத்த வேணியும் ஆனந்தம் பூத்த நிறைமதியின்
சீர்பூத் தமுத இளநகை பூத்த திருமுகமும்
பார்பூத்த பச்சைப் பசுங்கொடி பூத்தசெம் பாகமும்ஓர்

கார்பூத்த கண்டமும் கண்பூத்த காலும்என் கண்விருந்தே2729
வீழாக ஞான்றசெவ் வேணிப் பிரான்என் வினைஇரண்டும்
கீழாக நான்அதன் மேலாக நெஞ்சக் கிலேசமெல்லாம்
பாழாக இன்பம் பயிராக வாய்க்கில்அப் பாற்பிறவி
ஏழாக அன்றிமற் றெட்டாக இங்கென்னை என்செயுமே2730
ஆயிரங் கார்முகில் நீர்விழி நீர்தர ஐயநின்பால்
சேயிரங் கார்எனக் கென்றேநின் பொற்பதம் சிந்திக்கின்றேன்
நீஇரங் காய்எனில் என்செய்கு வேன்இந் நிலத்திற்பெற்ற
தாய்இரங் காள்என்ப துண்டோதன் பிள்ளை தளர்ச்சிகண்டே2731

அந்தாதி

ஒரு பாடலினுடைய நிறைவுச் சீரானது அடுத்தப் பாடலின் தொடக்கச் சொல்லாகக் கொண்டு பாடப்படும் அமைப்பு அந்தாதியாகும். இவ்வகைப் பாவகையால் பெயர் பெறும்போது கலித்துறையானால் 'கலித்துறை அந்தாதி' என்றும் வெண்பாவால் ஆனால் 'வெண்பா அந்தாதி' என்றும் பெயர் பெறும். சங்க இலக்கியங்களில் ஒன்றான பதிற்றுப் பத்தின் நான்காம் பத்தில் அந்தாதி அமைப்பு உண்டு. எனினும் அந்தாதி இலக்கிய அமைப்பிலேயே கிடைக்கும் பழைய நூல் காரைக்கால் அம்மையாரின் அற்புதத் திருவந்தாதியாகும். இது தவிற மாணிக்கவாசகரின் திருவாசகம், திருமூலரின் திருமந்திரம், நம்மாழ்வாரின் திருவாய்மொழி ஆகியவற்றிலும் அந்தாதி வடிவிலானப் பாடல்கள் அமையப்பெற்றுள்ளன.

இவ்வகை அந்தாதி அமைப்பு ஒலியந்தாதி, பதிற்றந்தாதி, நூற்றந்தாதி, கலியந்தாதி, கலித்துறை அந்தாதி, வெண்பா அந்தாதி, யகம அந்தாதி, சிலேடை அந்தாதி, திரிபு அந்தாதி, நீரோட்ட யமக அந்தாதி என்று பலவகையில் விளங்குகின்றது.

வள்ளலாருடையத் திருவருட்பாவில் பலவகையான அந்தாதிப் பாடல்கள் அமைந்துள்ளன. 'மாலை' தொடர்பாக வள்ளலார் பாடியிருக்கும் பல பாடல்கள் அந்தாதி அமைப்பினை ஒட்டிக் காணப்படுகின்றன. ஆறாம் திருமுறையில் எண்சீர்க் கழிநெடிலடி ஆசிரிய விருத்தத்தில் ஆன பிறப்பவம் பொறாது பேதுறல், அறுசீர் கழிநெடிலடி ஆசிரிய விருத்தத்திலான திருவருள் விழைதல், எழுசீர்க் கழிநெடிலடி ஆசிரிய

விருத்தத்தாலான பெற்ற பேற்றினை வியத்தல், கட்டளைக் கலித்துறையில் அமைந்துள்ள அனுபவ சித்தி ஆகியப் பலப் பாடல்கள் அந்தாதியமைப்பைக் கொண்டவை ஆகும். அதில் முத்தான ஒன்று மரணமிலாப் பெருவாழ்வு எனும் ஞானச்சரியைப் பாடல்களாகும்.

நினைந்துநினைந் துணர்ந்துணர்ந்து நெகிழ்ந்துநெகிழ்ந் தன்பே
நிறைந்துநிறைந் தூற்றெழுங்கண் ணீரதனால் உடம்பு
நனைந்துநனைந் தருளமுதே நன்னிதியே ஞான
நடத்தரசே என்னுரிமை நாயகனே என்று
வளைந்துவனைந் தேத்துதும்நாம் வம்மின்உல கியலீர்
மரணமிலாப் பெருவாழ்வில் வாழ்ந்திடலாம் கண்டீர்
புனைந்துரையேன் பொய்புகலேன் சத்தியஞ்சொல் கின்றேன்
பொற்சபையில் சிற்சபையில் புகுந்தருணம் இதுவே5576

புகுந்தருணம் இதுகண்டீர் நம்மவரே நான்தான்
புகல்கின்றேன் என்மொழிஓர் பொய்மொழிஎன் னாதீர்
உகுந்தருணம் உற்றவருள் பெற்றவரும் பிறரும்
உடைமைகளும் உலகியலும் உற்றதுணை அன்றே
மிகுந்தசுவைக் கரும்பேசெங் கனியேகோற் றேனே
மெய்ப்பயனே கைப்பொருளே விலையறியா மணியே
தகுந்ததடனிப் பெரும்பதியே தயாநிதியே கதியே
சத்தியமே என்றுரைமின் பத்தியொடு பணிந்தே5577

பணிந்துபணிந்து தணிந்தணிந்து பாடுமினோ உலகீர்
பரம்பரமே சிதம்பரமே பராபரமே வரமே
துணிந்துவந்த வேதாந்த சத்தஅனு பவமே
துரியமுடி அனுபவமே சுத்தசித்தாந் தமதாய்த்
தணிந்தநிலைப் பெருஞ்சுகமே சமரசசன் மார்க்க
சத்தியமே இயற்கையுண்மைத் தனிப்பதியே என்று
கணிந்துளத்தே கனிந்துநினைந் துரைத்திடில்அப் பொழுதே
காணாத காட்சிஎலாம் கண்டுகொளல் ஆமே.5578

பத்து

பத்துப் பத்துப் பாடல்களாகப் பாடி அமைந்த இலக்கிய வகையே பத்து என்பதாகும். சங்க இலக்கியத்தில் பதிற்றுப்பத்திலும், ஐங்குறுநூறிலும் பத்துப் பத்தாக பாடல்கள்

இணைத்து ஒரு தொகுதியாக அமைந்த பாங்கினையும் காண முடிகின்றது. அறஇலக்கிய நூல்களான திருக்குறளிலும் ஒவ்வொரு அதிகாரமும் பத்து குறட்பாக்களைக் கொண்டுள்ளது. நாலடியாரும் அம்முறையிலேயே அமைந்துள்ளது. மாணிக்கவாசகரின் அச்சோப்பத்து, அடைக்கலப்பத்து, அதிசயப்பத்து, அன்னைப் பத்து, அற்புதப்பத்து, ஆசைப்பத்து, பிடித்தபத்து பிராத்தனைப் பத்து பேன்ற பத்துகள் உதாரணங்களாகும்.

மாணிக்க வாசகரைப் போலவே அருட்பிரகாச வள்ளலாரும் நிறைய 'பத்து' பாடல் இலக்கியங்களை வழங்கியுள்ளார். இரண்டாம் திருமுறையில் ஆடலமுதப்பத்து, சிவானந்தப்பத்து, எதிர் கொட்பத்து, ஆகியவையும் ஐந்தாம் திருமுறையில், காணாப்பத்து, குறைநேர்ந்த பத்து, முறையிட்ட பத்து, இங்கிதப்பத்து, கந்தர் சரணப்பத்து ஆகியவையும், ஆறாம் திருமுறையில் அச்சோப்பத்து, அந்தோ பத்து, ஆகியவை 'பத்து' சிற்றிலக்கிய வகையினுள் சேர்ந்தவையாகும். இவற்றுள் அறுசீர்க் கழிநெடிலடி ஆசிரிய விருத்தத்தாலான அச்சோபத்து மகுடத்தில்வைரமாம்.

பதிகம்

பத்துப் பாடல்களைக் கொண்ட தொகுதிக்கு பதிகம் என்று பெயர் 'பதிகம் என்பது தெய்வத்தைப் பற்றிப் பெரும்பாலும் பத்துச் செய்யுளால் பாடப்படும் பிரபந்தம், பாயிரம், பதிகம் ஆகிய பொருண்மைகளைக் குறிக்கும் சொல்லாம்' என்று ச.வே.சு அவர்கள் குறிப்பிடுகின்றார். மேலும் 'பதி+கம்=பதிகம் ஆகும் பதி என்ற பகுதி தமிழ்ச் சொல் பத்து எனப் பொருள்படும். பதின் மூன்று, பதினான்கு முதலிய எண்ணுப் பெயர்களில் இடம்பெறும் பகுதியுடன் ஒத்தது. கம் என்ற விகுதி மட்டும் தொகுதி என்ற பொருள் தரும் வடசொல் இரண்டும் சேர்த்து பத்துடையது எனப் பொருள் தரும்' என்று சோ.ந.கந்தசாமி குறிப்பிடுகிறார்.

பதிகத்தை பனுவல் என்றும் நூல் என்றும் சுட்டும் வழக்கம் திருமுறைகளில் காணப்படுகின்றது. ஒரு குறிப்பிட்ட தலம், பண், பொருளமைதி, யாப்பு முதலிய கூறுகள் ஒவ்வொரு பதிகத்திலும் காணப்பெறுதலால் ஒரு சிறு நூலுக்கு வேண்டிய உள்ளடக்கம்

உருவம் அனைத்தும் பதிகம் பெற்றுள்ளது. வள்ளலார் தம் திருவருட்பாவில் நிறைய பதிகங்களைப் பாடி யருளியுள்ளார். குறிப்பாக இரண்டாந் திருமுறையில் தியாக வண்ணப் பதிகம், திருவருட்பதிகம், பிரசாதப் பதிகம், பிரார்த்தனைப் பதிகம், திருப்புகற் பதிகம், சிந்தைத்திருப்பதிகம், உய்கைத் திருப்பதிகம், ஆனந்தப் பதிகம், திருவண்ணப் பதிகம், போற்றித்திருப்பதிகம், விண்ணப்பதிருபதிகம், தரிசனப் பதிகம், கலை மகளார் திருப்பதிகம், அம்மைத் திருபதிகம், ஆகியனவும் ஐந்தாந்திருமுறையில் சித்திவிநாயகப் பதிகம், திருத்தணிப் பதிகம், ஆகியனவும், ஆறாந்திருமுறையில் வைத்தியநாதர் பதிகம், போன்றவையும் முக்கியமானதாகும்.

மாலை

ஏதேனும் ஒரு பொருள்பற்றி பல பாடல்கள் தொடர்ந்து அமைத்தல் மாலையாகும். மாலைகள் அனைத்தும் இறைவன் புகழ் பேசும் தன்மையாகவே இயற்றப் பட்டுள்ளன. வள்ளலாரின் மாலை இலக்கியங்கள் யாப்பு நிலையிலும், பொருள் நிலையிலும் வேறுபட்டுக் காணப்படுகின்றன. இதுகுறித்து முனைவர் சி.உமாசாரதா அவர்கள் தம் கட்டுரையில்

வள்ளலாரின் ஆளுடைய பிள்ளையார் (திருஞானசம்பந்தர் பற்றியது) அருள்மாலை, ஆளுடைய அரசுகள் அருள்மாலை (திருநாவுக்கரசர் பற்றியது), ஆளுடைய நம்பிகள் அருள்மாலை (சுந்தரர் பற்றியது) ஆளுடைய அடிகள் அருள்மாலை (மாணிக்க வாசகர் பற்றியது) போன்ற மாலைகள் நான்மணிமாலை போன்ற அமைப்பில் உள்ளன. சிவப்பிரகாசரின் 'நால்வர் நான்மணிமாலை' மேற்சொன்ன நால்வரைப் பற்றி நான்கு வகையான யாப்புகளில் பாடப்பட்டுள்ளது. பாட்டியல் நூல்கள் குறிப்பிடும் 'நான்மணி மாலை' எனும் இயலக்கிய வகைக்குச் சான்றாகச் சிவப்பிரகாசரின் இலக்கியம் உள்ளது. ஆனால் வள்ளலார் நால்வரைப் பற்றித் தனித்தனிப் பத்துப் பாடல்களில் மூவகை யாப்புகளில் (அறுசீர், எழுசீர் ஆசிரியவிருத்தம் கொச்சகக் கலிப்பா) பாடியுள்ளார். பாட்டியல் நூல்கள் வெண்பா, கலித்துறை, அகவல், விருத்தம் போன்ற யாப்புக் கொண்டு பாட வேண்டும் என்று வழிவகுக்க, அதனைக் காணாது வள்ளலார் பாடியுள்ளார். தெய்வத் தனித் திருமாலை,

கணபதி, முருகன், சிவன், உமையாகிய தெய்வங்கள் முதற் பொருளாகத் தனித்தனியாகப் பாடிய சொல்மாலையாக அமைகிறது.

வள்ளல் பெருமானின் அருட்பாவில் அதிக அளவில் மாலை இலக்கியங்களே இடம்பெற்றுள்ளன, மகாதேவமாலை, வடிவுடைமாணிக்கமாலை, இங்கித மாலை ஆகியவை முதல் திருமுறையிலும்; சிகாமணிமாலை, இரண்டாந்திருமுறையிலும்; இரங்கன்மாலை, மூன்றாந் திருமுறையிலும், அன்புமாலை தொடங்கி ஆளுடையவடிகள் மாலை வரை அனைத்து நான்காம் திருமுறையும், மாலை அமைப்பிலேயே உள்ளன. மேலும் வல்லனபகணேசர் பிரசாதமாலை, கணேசத் திருவண்மாலை, பிரார்த்தனை மாலை, செழுஞ்சுடர் மாலை, ஜீவசாட்சிமாலை, கருணைமாலைஇ போன்றவை ஐந்தாம் திருமுறையிலும், நடராஜபதிமாலை, சற்குருமணிமாலை, அருள்விளக்கமாலை, முதலியவை ஆறாந்திருமுறையிலும் அமைந்த மாலை இலக்கியங்களாகும்.

கொம்மி

ஆட்டத்தின் பெயர் அதில் பாடப்படும் பாட்டுக்கு ஆவதுண்டு, கும்மியென்பது கும்மிகொட்ட ஆடும் நடனவகையாகும் அதன் பெயர் அதற்காகப் பாடப்பெறும் இலக்கிய வகையினுக்கு வந்தது. இரண்டு எண்சீர் அடிகள் ஒரு தொடையாக அமைந்தும், ஒவ்வோர் ஐந்தாம் எண்ணிலும் மோனை அமைந்தும், அரையடியின் இறுதியில் இரண்டு அசைக்குமிகாத தனிச்சொல்லைப் பெற்றும் மும்மை நடையில் இருப்பது கும்மிப்பாடலாகும். நாட்டுப்புறவியல் வரையும் இக்கும்மி தன் வாசத்தைப் பரப்புகின்றது.

வள்ளல் பெருமான் இவ்வகையான கும்மி இலக்கண அமைப்பில் அருமையான தாள அமைப்போடு நடேசர் கும்மி மற்றும் சண்முகர் கும்மி போன்ற கும்மி வகை இலக்கியங்களையும் தமிழுலகத்திற்கு வழங்கியுள்ளார்.

கொம்மியடிப்பெண்கள் கொம்மியடி – இரு
கொங்கைகுலுங்கவே கொம்மியடி
நம்மை யாளும்பொன் னம்பல வாணனை

நாடிக் கொம்மியடியுங்கடி – பதம்
பாடிக் கொம்மிய டியுங்கடி – கொம்மி
காம மகற்றிய தூயனடி – சிவ
காம சவுந்தரி நேய னடி
மாமறை போதுசெவ் வாய னடி – மணி
மன்றெனு ஞானவா காய னடி – கொம்மி
ஆனந்தத் தாண்டவ ராஜ னடி – நமை
ஆட்கொண்டருளிய தேஜ னடி
வானந்த மாமலை மங்கை மகிழ் – வடி
வாளன டிமண வாள னடி – கொம்மி
கல்லைக் கனிவிக்குஞ் சுத்த னடி – முடி
கங்கைக் கருளிய கர்த்த னடி
தில்லைச்சி தம்பர சித்தனடி – தேவ
சிங்கம டியுயர் தங்க மடி – கொம்மி

தூது

ஒருவர் மற்றொருவருக்கு தன் நெஞ்சில் உரைத்ததை தெரிவிக்கும் பொருட்டு மக்களையோ, அஃறிணைப் பொருள்களையோ தூதாக அனுப்பும் இலக்கிய அமைப்பிற்கு தூது என்று பெயர். நவநீதப்பாட்டியல், பிரபந்த மரபியல், இலக்கணவிளக்கம், முத்து வீரியம், சிதம்பர பாட்டியல், இலக்கணச் சுருக்கம் முதலிய பாட்டியல் நூல்களில் தூது இலக்கியவகையின் இலக்கணத்தைச் காணமுடிகின்றது.

எல்லா இலக்கிய வகைகளைப் போலவே தூது இலக்கியமும் இலக்கண, இலக்கியம் ஆகிய நூல்களில் காணப்படும் கருக்களிலிருந்து வளர்ச்சியடைந்து தனி இலக்கிய வகையாக தோன்றியுள்ளது. பல சிற்றிலக்கியப் பாடல்களைப் பாடியிருக்கும் வள்ளலார் தூது எனும் அற்புத சிற்றிலக்கிய மரபை எப்படி விருத்திருப்பார். மூன்றாந் திருமுறையில் உள்ள 'நாரையுங் கிளியும் நாட்டுறு தூது' எனும் தலைப்பிலான வள்ளலாரின் பாடல் தூது இலக்கிணத்தின் சாறு நிறைந்ததாகும். ஒற்றியூரில் உறைகின்ற பெருமானுக்கு நாரையையும், கிளியையும் தூதனுப்பிப் பாடும் பாடல் இது.

கண்ணன் நெடுநாள் மண்ணிடந்தும் காணக் கிடையாக்
கழலுடையார்
நண்ணும் ஒற்றி நகரார்க்கு நாராய் சென்று நவிற்றாயோ
அண்ணல் உமது பவனிகண்ட அன்று முதலாய் இன்றளவும்
உண்ணும் உணவோ டுறக்கமும்நீத் துற்றாள் என்றிவ்
வொருமொழியே
(1503)

மன்னுங கருணை வழிவிழியார் மதுர மொழியார் ஒற்றிநகர்த்
துன்னும் அவர்தந் திருமுன்போய்ச் சுகங்காள் நின்று சொல்லீரோ
மின்னுந் தேவர் திருமுடிமேல் விளங்குஞ் சடையைக் கண்டவள்தன்
பின்னுஞ் சடையை அவிழ்த்தொன்றும் பேசாள் எம்மைப்
பிரிந்தென்றே
(1504)

வடிக்கந் தமிழ்த்தீர் தேன் என்ன வசனம் புகல்வார் ஒற்றிதனில்
நடிக்குந் தியாகர் திருமுன்போய் நாராய நின்று நவிற்றாயோ
பிடிக்குங் கிடையா நடைஉடைய பெண்க ளெல்லாம் பிச்சிஎன
நொடிக்கும் படிக்கு மிகங்காம நோயால் வருந்தி நோவதுவே
(1505)

உரைநடையின் முன்னோடி

கருத்துக்களை எளிதில் சொல்வதற்கேற்ற எழுத்து வடிவமே உரைநடையாகும். பேசுவதைப் போலவே எழுதுதல் என்பார்கள். எந்த இலக்கண மரபுகளுமின்றி பேசுவது போலவே எழுதுவது உரைநடையின் தனிச்சிறப்பாகும்.

ஒரு மொழியில் முதன் முதலாகச் செய்யுள் தோன்றும்போது அது பேச்சு வழக்கிலுள்ள மொழி நடையினையும், ஓசைப் பண்பினையும் தழுவியே தோன்றும். இது நம்முடைய தமிழுக்கு மட்டுமல்ல உலகிலுள்ள அனைத்து மொழிகளுக்கும் பொருந்தும். தமிழில் உள்ள ஓசை வகைகளுள் அகவலே பழமையானது என்ற கருத்துண்டு. இந்த அகவலும் செப்பலும்

மக்களுடைய பேச்சு வழக்கிலேயே காணப்படுபவை. இந்த ஓசையினைக் கொண்ட இலக்கியங்கள் உரைநடை போன்ற அமைப்புகளிலேய அமைந்திருக்கின்றன. அதனால்தான் செய்யுளைத் தொடர்ந்து உரைநடை எழுந்தது என்பர் அறிஞர்.

உரைநடை வளர்ச்சி என்பது தமிழுலகத்தின் நீண்ட நெடிய வரலாறாகும். அச்சு இயந்திரங்கள் வரவால் தமிழில் முதலில் மலர்ச்சியும் வளர்ச்சியும் பெற்றது உரைநடையே ஆகும். பல வகையான கட்டுரைகள் நூல்கள். சிறுகதை, நாவல், மொழி பெயர்ப்புகள், திறனாய்வுகள், என பலப் பிரிபுகளாக உரைநடை கிளர்ந்தது.

ராபர்ட் - டி - நொபிலி, அருளானந்த அடிகள், வீரமாமுனிவர், கால்டுவெல், போப் போன்றவர்கள் உரைநடையில் முன்னோடிகளாக அறியப்படுகின்றனர். அவர்களுக்குப்பின் ஆறுமுகநாவலர், வ.உ.சி மறைமலையடிகள், திரு.வி.க. செல்வக்கேசராயமுதலியார், பேராசிரியர் பூரணலிங்கம் பிள்ளை, பண்டிதமணி கதிரேசஞ் செட்டியார், சோமசுந்தர பாரதியார், உ.வே.சா, பேராசிரியர் வையாபுரிப் பிள்ளை போன்றவர்கள் உரைநடையை நூற்றாண்டு கடந்து வளர்த்தவர்களாவர் இவர்களுள் நாவலர் காலத்தில் பத்தொன்பதாம் நூற்றாண்டில் உரைநடையில் தனித்தப் புரட்சி செய்து கொண்டிருந்தவராக வள்ளார் விளங்குகிறார்.

உரைநடை இலக்கியங்கள் தோன்றி, வளர்ச்சியுறும் காலத்திற்கு முன்னமே உரைநடையைக் கையிலெடுத்து அற்புதமான செய்திகளை தமிழுலகத்திற்குத் தந்திருக்கிறார். யாப்பிலக்கணச் செய்யுட்களோடு நிற்காமல் வள்ளலார் எழுதிய உரைநடை நூல்கள் (பகுதிகள்) காலத்தின் பொன்னேடுகள். அவ்வாறு அவர் அருளியவை

மனுமுறை கண்ட வாசகம்

ஜீவகாருண்ய ஒழுக்கம்

வியாக்கியானங்கள்

அ) ஒழிவிலொடுக்கம்

ஆ) தொண்ட மண்டல சதகம்

இ) உலகெலாம் என்னும் மெய்ம்மொழிப் பொருள் விளக்கம்

ஈ) தமிழ் என்னும் சொல்லுக்கிட்ட உரை

உ) பொன்வண்ணத் தந்தாதியின் இருபத்திரண்டாம் பாடலுக்குச் செய்த உரை

ஊ) வேதாந்த தேசிகரின் குறட்பா ஒன்றனுக்கு தந்த உரை

4. மருத்துவக் குறிப்புகள்

அ) மூலிகை குண அட்டவணை

ஆ) சஞ்சீவி மூலிகைகள்

இ) மருத்துவக் குறிப்புகள்

5. உபதேசங்கள்

அ) நித்திய கருமவிதி

ஆ) உபதேசக் குறிப்பு

இ) சுப்ரமணியம்

ஈ) அருள்நெறி

உ) திருவருள் மெய்ம் மொழி

ஊ) பேருபததேசம்

6. திருமுகங்கள்

7. அழைப்புகள் அறிவிப்புகள் கட்டளைகள்

8. விண்ணப்பங்கள்

அ) சுத்த சன்மார்க்க சத்தியச் சிறுவிண்ணப்பம்

ஆ) சமரச சுத்த சன்மார்க்க சத்தியப் பெரு விண்ணப்பம்

இ) சமரச சுத்த சன்மார்க்க சத்திய ஞான விண்ணப்பம்

ஈ) சமரச சுத்த சன்மார்க்க சங்க சத்திய விண்ணப்பம்

மேற்கண்ட வள்ளல் பெருமானின் உரைநடையில் மனுமுறை கண்ட வாசகமும், ஜீவகாருண்ய ஒழுக்கமும்,

விண்ணப்பங்களும் பிரம்மிப்பைத் தர வல்ல உரைநடையாகும். வள்ளலாரே பிற்கால உரைநடைப்பகுதியின் தொடக்கப்புள்ளி என்றுகூட நாம் பெருமையும் பூரிப்பும் கொள்வதில் தவறில்லையென்றே கருதுகின்றேன்.

(மனுமுறை கண்ட வாசகமும், ஜீவகாருண்ய ஒழுக்கமும், கடலூர் - டிஸ்ட்ரிக்ட - இஸ்கூல் - இன்ஸ்பெக்டர் - சீ.இரங்கசாமி பிள்ளையை ஈர்த்த காரணத்தால் 1958 - 59ஆம் ஆண்டில் பல்கலைக் கழகத் தொடக்க வகுப்புக்குப் (PRE-UNIVERSITY) பாடமாக வைத்திருந்தனர்.)

பதிப்பாசிரியர்

ஏடுகளில் உள்ள இலக்கியத்தை ஆய்ந்து, பாட பேதங்கள் இன்றிப் பிழையின்றிப் பதிப்பித்தல் பதிப்பாசிரியர் பணியாகும். அச்சு இயந்திரங்களினுடைய வருகையினால் நிரம்ப செந்தமிழ் நூல்கள் இன்று பாதுகாக்கப்படுகின்றன. இத்தகையப் பெரும் பணிக்கு பின்னணியில் இருப்பவர்கள் பதிப்பாசிரியர்கள்தான், என்பதை மறுக்க இயலாது. சி.வை.தாமோதரம் பிள்ளை, சந்திர சேகர கவிராச பண்டிதர், தாண்டவராய முதலியார், சுப்புராய செட்டியார், திருமயிலை சண்முகம் பிள்ளை, சரவணப் பெருமாள் போன்றோர் குறிப்பிடத்தகுந்த பதிப்பாசிரியர்கள் ஆவர். இதில் ஆறுமுகநாவலர், தாமோதரம்பிள்ளை, உ.வே சாமிநாத ஐயர் போன்றோர் முக்கியமானவர்கள்.

பதிப்புத்துறை தமிழ் மொழி வரலாற்றில் மிக இன்றியமையாத ஒன்றாக விளங்குகின்றது. இன்றைக்கு நாம் கற்கும், ஆய்வுசெய்யும், பெருமைப்பட்டுக்கொள்ளும் பல இலக்கியங்கள் இத்தகையப் பதிப்பாசிரியர்களாலேயே இத்தமிழுலகத்திற்குக் கிடைத்தது அத்தகைய இப்பதிப்புத் துறையில் வள்ளல் பெருமானும் தன் பங்களிப்பை வழங்கியுள்ளார்.

அடிகள் சென்னையில் இருந்த காலக்கட்டதில் 1851 ஆம் ஆண்டு ஒழிவிலொடுக்கம் எனும் நூலினையும், 1855 ஆம்

ஆண்டு தொண்டமண்டல சதகம் எனும் நூலினையும், 1857ஆம் ஆண்டு சின்மயத்தீபிகை எனும் நூலினையும் பதிப்பித்து இத்தமிழுலகத்திற்கு வழங்கியுள்ளார்.

ஒழிவிலொடுக்கம்:

சைவ சித்தாந்தத்தை வளர்த்துப் பேணிய சைவ ஆதீனங்களில் சீர்காழி வள்ளலார் ஆதினமும் ஒன்று. இதனுடைய முதற்குருவாக திருஞான சம்பந்தர் விளங்கினார் என்ற கருத்துண்டு. அத்தகு திருஞான சம்பந்தரை வணங்கி துதித்த ஆதினத்து வள்ளலார்கள் பலபேர். குறிப்பாக அறுபத்து நால்வர் என்பர். இத்தகு வள்ளலார் குருபரம்பரையில் வந்தவர் சிவஞான வள்ளலார் ஆவார். இவர் சத்திய ஞான போதம் முதலாக இருபது ஞான சாத்திரங்களை எழுதியிருக்கிறார். இவையனைத்தும் வேதாந்த சித்தாந்த சமரச ஞான நூல்களாகும். இதனை "வள்ளலார் சாத்திரம்" என்ற பெயரில் வழங்கி வந்தனர். சட்டை நாத வள்ளலார் என்பவர் 'சதாசிவரூபம்' என்ற நூலை எழுதியிருக்கிறார். இப்படியான வள்ளலார் சந்தானத்தில் வந்து ஒழிவிலொடுக்கம் என்னும் நூலினை சமைத்தவர் கண்ணுடைய வள்ளலாராவார். இவர் ஞானசம்பந்தரை உபாசன குருவாகக் கொண்டு வழிபடுபவர். இவருடைய ஒழிவிலொடுக்கம் பத்து இயல்களையுடையது.

வேதாகமப் பொதுவிலுபதேசம்
சத்திநிபாதத் துதத்துமரொழிவு
யோகக் கழற்றி
கிரியைக் கழற்றி
சரியைக் கழற்றி
விரத்தி விளக்கம்
துறவு
அருளவத்தை தம்மை
வாதனை மாண்டார் தன்மை
நிலை இயல்பு

இந்நூல் ஆன்மாவானது பாசங்களில் இருந்து விடுதலைப் பெற்று அருள் ஒளியில் அழுந்துவதற்கானக் கருவியாக அமையப்பெற்றதாகும். இத்தகு நூலுக்கு உரையாசிரியராக

இருந்து உரை செய்தவர் திருப்போரூர் சிதம்பர சுவாமிகளாவார். இவர் சிதம்பர கவிராயர் என்ற பெயரோடு வித்துவானாக விளங்கியவர். சாந்தலிங்க அடிகளாரின் உபதேசம் பெற்று துறவியான இவர். அவருடைய அறிவுறுத்தலின் பேரிலேயே இந்நூலுக்கு உரை எழுதத் துணிந்தார். சிதம்பர சுவாமிகளின் உரை அழகானது, அற்புதம் நிறைந்தது.

அவ்வகையே சிதம்பர சுவாமிகளின் உரையோடு ஒழிவிலொடுக்க நூலை பதிப்பித்தார் வள்ளலார். அதோடு நூலின் சிறப்புப் பாயிரச் செய்யுளுக்கு மட்டும் ஒரு விருத்தியுரையை செய்து தன் பதிப்பில் சேர்த்தியிருக்கின்றார்.

இந்தப் பாயிரத்திற்கான வள்ளலாரின் உரை தனித்துவமானதாகும். பதிப்பாசிரியர் மட்டுமில்லாது தான் ஒரு சிறந்த உரையாசிரியர் என்பதையும் பலப்பல இடங்களில் நிரூபித்திருக்கிறார். அதில் இதுவும் ஒன்று. சிதம்பர சுவாமிகளின் உரையில் வரும் அருஞ்சொற்களுக்கு பொருளும் எழுதி "இந்நூலுரைப் பாடத்திற்குத் தெளி சொற்பொருள்" என்ற தலைப்புடன் பாயிர விருத்தியை அடுத்து அச்சிட்டிருக்கிறார். அதனோடு நூலின் ஆங்காங்கே அடிக்குறிப்புகளையும் அமைத்துள்ளார். மேலும் நூலின் இறுதியில் 'அமைத்துக் கொளல்' என்ற தலைப்பில் விளக்கக் குறிப்பையும் கொடுத்துள்ளார்.

இதனைப் பதிப்பிக்கும்போது வள்ளலாருக்கு 28வயதுதான் என்கிறார் ஊரனடிகள். 1851 ஆம் ஆண்டு திருப்போரூர்ச் சிதம்பர சுவாமிகளின் உரையோடு கூடிய கண்ணுடைய வள்ளலாரால் அருளப்பெற்ற ஒழிவிலொடுக்கம் எனும் நூலினைப் பதிப்பித்த புத்தகத்தின் முகப்புப் பகுதி பின்வருமாறு

"உ திருச்சிற்றம்பலம் - ஒழிவிலொடுக்கம் - சீகாழி திருஞான சம்பந்த சுவாமிகள் திருவருள் பெற்ற கண்ணுடைய வள்ளல் திருவாய் மலர்ந்தருளிச் செய்தது. இஃது திருப்போரூர்ச் சிதம்பர சுவாமிகளால் அருளிச்செய்த உரையுடன் சிதம்பரம் இராமலிங்க பிள்ளையவர்களால் பார்வையிடப்பட்டு மணிணிப்பாக்கம் சபாபதி

முதலியாவர்களால் முத்தமிழ் விளக்கம் அச்சுக்கூடத்திற் பதிப்பிக்கப் பட்டது விரோதி கிருது வருடம் - ஐப்பசி மீ முதல் பதிப்பு." என்று அமையப்பெற்றுள்ளது.

தொண்ட மண்டல சதகம்:

தொண்ட என்பது காஞ்சிபுரத்தையும் அதனைச் சுற்றியப் பகுதிகளையும் கொண்ட நிலப்பரப்பாகும், சதகம் என்பது தமிழில் வழங்கும் தொண்ணூற்று வகைப் பிரபந்தங்களுள் ஒன்று. நூறுபாடல்களைக் கொண்டதாய் எழுதப்படுவதால் சதகம் எனப்படுகின்றது.

'வேழமுடைத்து மலைநாடு மேதக்க
சோழவளநாடு சோறுடைத்து - பூழியார்கோன்
தென்னாடு முத்துடைத்து தெண்ணீர்
வயற்றொண்டை நன்னாடு சான்றோருடைத்து"

என்று ஔவையாரால் புகழப்பட்டது இந்த தொண்டநாடு இந்த நாட்டில்தான் திருவள்ளுவர், கச்சியப்ப சிவாச்சாரியார், பரிமேலழகர், ஒட்டகூத்தர், இராமனுஜர், சேக்கிழார், அருணகிரிநாதர், பவணந்தி, அப்பய தீட்சிதர் போன்ற விவ்வசிகாமணிகளும், அதிகமானி கறுப்பன், சடையப்பன், மணிகண்டன் போன்ற பிரபுக்களும், உத்தம குணத்தால் சிறந்த அரசர்களும் இருந்து விளங்கினார்கள் எனும்போது இதன் பெருமையைச் சொல்ல வேறு என்ன வேண்டும் இத்தகையப் பெருமையைத்தான் படிக்காசுப் புலவர் இத்தொண்ட மண்டல சதகத்தில் விரித்துப் பாடியிருக்கின்றார்.

யாரிந்தப் படிக்காசுப் புலவர்?: இந்தத் தொண்ட மண்டலம் என்ற அற்புத நூலைத் தந்த இவர் களத்தூரில் சுமார் முந்நூறாண்டுகளுக்கு முன் தோன்றியவர். இலக்கண விளக்கம் வைத்தியநாத தேசிகரிடம் பாடங்கேட்டவர். இவருடைய இயற்பெயர் என்னவென்றுத் தெரியவில்லை. தில்லையில் ஆடிக்கொண்டிருக்கும் நடராஜப்பெருமான் இவருக்கு பொற்காசுகளைக் கொடுத்து அருளினார் என்பதால் 'படிக்காசுப்புலவர்' என்ற பெயர் பெற்றார் என்பதை அறியமுடிகின்றது. வள்ளல் சீதாக் காதியால் சிறப்பிக்கப் பெற்றவர். இவர் எழுதிய பிற நூல்கள்

பாம்பலங்காரர் வருக்கக்கோவை, தண்டலையார் சதகம், புள்ளிருக்கு வேளூர்க் கலம்பகம் என்பனவாகும்.

“வெண்பாவிற்குப் புகழேந்தி பரணிக்குச் செயங்கொண்டான் விருத்தமென்னும்
மொன்பாவுக்கு உயர் கம்பன் கோவையுலா வந்தாதிக் கொட்டக்கூத்தன்
கண் பாவு கலம்பகத்திற் கிரட்டையர் வசைபாடக் காளமேகம்
பண்பாகப் பகர் சந்தம் படிக்காசலா தொருவா் பகரொணாதே”

எனும் தமிழ்ப்பாடலொன்று படிக்காசுப் புலவர் சந்தப் பாடல்களைப் பாடுவதில் வல்லவர் என்பதை உணர்த்துகின்றது.

1855 ஆம் ஆண்டு இராமலிங்க அடிகள் வெளியிட்ட தொண்ட மண்டலச் சதகம் நூலின் முகப்பேட்டில் அச்சிட்டவை பின்வருமாறு,

“உ – சிவமயம் - தொண்டமண்டலசதகம் இஃது படிக்காசுப் புலவரால் இயற்றப்பட்டது. கஅருச வருடம் ஜனவரி மீ ம *M M* கனம்பொருந்திய தொண்ட மண்டலம் துளுவ வேளாளர்களேற்படுத்திய இயற்றமிழ்ப் போதகசாலை இரட்சகர்த் தராசிய கொண்ணூர் ஐயசாமி முதலியாரவர்கள் கேட்டுக்கொண்டபடி சிதம்பரம் இராமலிங்க பிள்ளையவர்களாற் பரிசோதிக்கப்பட்டு இந்துபிரஸென்னும் அச்சக்கூடத்திற் பதிப்பிக்கப்பட்டது. இராட்ச்ச வருடம் மார்கழி மீ”

1855 ஆம் ஆண்டு வெளியான ‘தொண்டமண்டல சதகமான’ இதுவே முதல் பதிப்பாக இருக்கும் என்பது தவத்திரு ஊரனடிகளின் எண்ணமாகும். இவையெல்லாவற்றையும் கடந்து இந்நூல் குறித்த அற்புதச் செய்தி யாதெனில் வள்ளல் பெருமான் இந்நூலினை அச்சிட்டதோடு நில்லாமல் இதனை இலவசமாக வேண்டுபவர்க்கு வழங்கியிருக்கிறார் என்பதே கூடுதல் சிறப்பாகும். இது குறித்த அறிவிப்பை இந்நூல் பதிப்பிலேயே பின்வருமாறு வழங்குகின்றார்.

“இந்தப் புத்தகம் வேண்டியவர்கள் சென்னபட்டணம்

பெத்திநாயகன்பேட்டை முல்லாதெருவில் இயற்றமிழ்ப் போதகசாலை ஆமாத்தியர்களிலொருவராகிய முதலியாரிடத்தில் விலை கொடாமற் பெற்றுக் கொள்ளலாம். புறதேயத் திலுள்ளவர்கள் கடித மூலமாய் ஊர்ப்பெயரும் நாமதேயமும் - விபரமாகத் தெரிவித்தாற் கொடுக் தனுப்பப்படும் தபால் செலவு தாங்களே கொடுத்து வாங்கிக்கொள்ள வேண்டியது" என்று அச்சிட்டார்.

சின்மய தீபிகை:

வள்ளல் பெருமான் பதிப்பித்த மூன்றாவது நூலும் கடைசி நூலுமாகவும் சின்மய தீபிகையே விளங்குகின்றது காரணம் வள்ளல் பெருமான் இதற்குப் பின் பதிப்பதை விட்டுவிட்டு தானே பதிகங்களைப் பாடி அருளும் பணியில் தன்னை ஈடுபடுத்திக் கொண்டார்.

வள்ளல் பெருமான் 1857 ஆம் ஆண்டு தன்னுடைய 34ஆம் வயதில் சென்னையில் வாழ்ந்த காலத்தில் இதனைப் பதிப்பித்திருக்கிறார். பெருமானாரின் பதிப்பில் இன்னூலினுடைய ஆசிரியர் பெயர் குறிப்பிடப்படவில்லை. ஆனால் 1907 ஆம் ஆண்டு பதிப்பான இராமனந்த யோகியர் பதிப்பில் இன்னூல் 'விருத்தாசலம் குமார தேவ சுவாமிகள் ஆதீனம் முத்தை சுவாமிகள்' என்பவரால் எழுதப்பட்டதாகக் குறிப்பிடப்பட்டுள்ளது.

சின்மய தீபிகை எனும் ஞானநூல் அறுசீர்க்கழி நெடிலடி ஆசிரிய விருத்தத்தால் ஆனது. இது 119 பாடல்களைக் கொண்டதாகவும் அவற்றுள் 5 பாயிரத்திற்கும் 114 பாடல்கள் நூலுக்கு உரியதாகவும் அமைகின்றது. உலகியல் மயக்கத்தில் திளைத்துக் கிடக்கின்ற ஜீவனை விழிப்புற்றெழ செய்யும் வகையில் இந்நூல் இருக்கின்றது. சின்மயதீபிகை நூலின் முகப்பேட்டில் குறிப்பிட்டிருப்பவை பின்வருமாறு

"சிவமயம் திருச்சிற்றம்பலம் சின்மய தீபிகை, சிதம்பரம் இராமலிங்க பிள்ளை அவர்களால் பார்வையிடப்பட்டு மண்ணிப்பாக்கம் சபாபதி முதலியார் பாக்குப் பேட்டை மதுரை முதலியார் இவ்விருவர்களால் முத்தமிழ் விளக்க அச்சக்கூடத்திற் பதிப்பிக்கப்பட்டது. பிங்கள வருடம் கார்த்திகை மீ முதற்பதிப்பு."

வள்ளலாரின் எழுத்துச் சீர்திருத்தம்

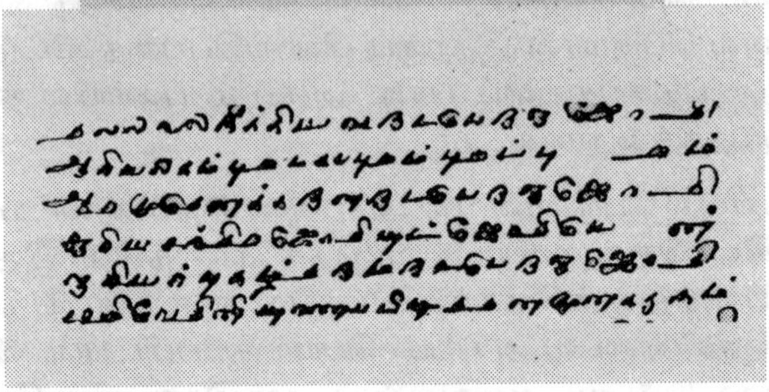

உலகமொழிகள் அனைத்துமே தத்தம் எழுத்துகளை ஒரே மாதிரியான வரிவடிவத்தோடு பல நூற்றாண்டுகள் எடுத்துக் கொண்டு வருபவையில்லை. எல்லா மொழியும் அதன் எழுத்துகளின் வடிவத்தை மாற்றிக்கொண்டேதான் வருகின்றன. அவ்வகையான மாற்றம் இரண்டு நிலைகளில் நடைபெறுகின்றது. ஒருநிலை திட்டமிட்டு எழுத்து வடிவங்களை காலச்சூழலுக்கேற்ப மாற்றிக் கொள்வது மற்றொன்று இயல்பாகவே கால வெள்ளத்தில் மாறுதலடைவது.

தமிழும் இந்த இரண்டு வகை வரிவடிவ மாற்றத்திற்கு விதிவிலக்கல்ல. இன்றைக்கு நாம் எழுதும் எழுத்துகள் எல்லாம் ஓலைச்சுவடிகளிலும், கல்வெட்டுகளிலும் வெவ்வேறு

மாதிரியான உடலமைப்பைத் தான் கொண்டிருந்தன. இரண்டாயிரம் வருடத்திற்கு முன் இருந்த ககரமும் இன்றைக்கு எழுதும் ககரமும் ஒரே வடிவம் இல்லை. இது கால வெள்ளத்தில் தானாக அமைந்து கொண்ட வரிவடிவ மாற்றம். இதனை பரிணாம வளர்ச்சி என்றுகூட சொல்லலாம் ஆனால் தமிழ் வரலாற்றில் தமிழின் எழுத்துகள் காலத்தேவைக்காக வலிந்து மாற்றப்பட்டதும் உண்டு. அப்படியாக மாற்றியவர்களில் வீரமாமுனிவரும், ஈ.வெ.ராமசாமியும் முக்கியமானவர்கள்.

1680 – 1747 வரையிலான காலத்தில் வாழ்ந்த வீரமாமுனிவர் *1710 – 1747* வரை தமிழ்நாட்டில் இருந்தபோது நிறைய தமிழ்ப் பணிகளை ஆற்றினார். தமிழறிஞராக விளங்கி இலக்கணம், இலக்கியம், அகராதி, சிறுகதை போன்ற பல துறைகள் தமிழில் வளர்ச்சியடையக் காரணமாக விளங்கினார்.

அவ்வகையில் தமிழ் எழுத்துகளின் மீதான சீர்திருத்தம் வரலாற்றில் இன்றியமையாத ஒன்றாகும். வீரமாமுனிவருக்கு முன் ஆ எனும் நெடில் அகரத்தின் மேல் புள்ளிவைத்து எழுதப்பட்டது. ஏ என்பதும் அப்படியே. பின் வீரமாமுனிவர் அகரத்தின் மேல் புள்ளி வைப்பதை மாற்றி அதன் கோட்டை கொம்பாக சுழித்து ஆ எனும் வடிவத்தைத் தந்தார்.

எ என்பதையும் நெடிலுக்கு பக்கவாட்டில் கொம்பினை சுழித்தார். ஆனால் இது நடைமுறைக்கு வரவில்லை. மேலும் ஒகரத்தின் மேல் புள்ளிவைத்து ஓகார நெடில் இருந்ததை மாற்றி கீழே சுழித்து ஓ என்னும் வடிவத்தைத் தந்தார். உயிர்மெய் எழுத்துகளிலும் நிறைய சீர்திருத்தங்களைக் கொண்டு வந்தார். தே, தோ போன்றவற்றில் இரட்டைக் கொம்பை அறிமுகம் செய்ததும் இவர்தான்.

இத்தகைய மாற்றத்தை செய்ததற்குக் காரணம் அச்சுக்கு ஏற்றபடி எழுத்துகள் இருப்பது பதிப்புப்பணிக்கு பலம் சேர்க்கும் என்பதாலேயே ஆகும். பின் ஈ.வெ.ராமசாமி அவர்கள் கீழ்நோக்கி வளைத்து எழுதிய ணகர நெடிலை துணைக்கால் கொண்டு ணா என்றும் அவ்வாறே நா, னா முதலானவற்றையும் பிரபலப்படுத்தினார். அதேபோல தும்பிக்கைப்போல் வளைத்து அக்காலத்தில் எழுதப்பட்ட

கை, ஙை போன்றவற்றை மாற்றி இப்போது இருக்கும் வடிவத்தைப் பழக்கப்படுத்தியதும் அவர்தான்.

இவ்வகையே வீரமாமுனிவர் தொடர்ந்து ஈ.வெ.ரா வரையிலும் தமிழ் எழுத்துகளின் வரிவடிவ சீர்திருத்தம் வரலாற்று மைல்கல்களாகும். இத்தகைய எழுத்து சீர்திருத்தம் மொழியின் வளர்ச்சிக்கும், காலம் தாண்டி நிலைப்பதற்கும் அவசியமானதாகும்.

இம்மாதிரியான வரிவடிவ மாற்றத்தை வீரமாமுனிவருக்குப் பின்னும், பெரியாருக்கு முன்னும் வாழ்ந்த (வாழ்கின்ற) வள்ளலார் செய்திருக்கிறார் என்பதை பலர் அறிந்திருக்கவில்லை.

வள்ளலாரின் அருட்பெருஞ்ஜோதி அகவல் கைப்பட எழுதிய காகித நோட்டுப்புத்தகம் இன்னும் பத்திரப்படுத்தி வைக்கப்பட்டுள்ளது. அதனைக் காணும்போது நாம் வித்யாசமான எழுத்து ஒன்றினைக் காணலாம். ஆம் அருட்பெருஞ்ஜோதி அகவலில்,

"ஈனமின்றிகபரத் திரண்டின்மேற் பொருளாய்
ஆனலின் றோங்கிய அருட்பெருஞ்ஜோதி"

(9, 10)

என்ற பாடலை எழுதும்போது ஈ எனும் நெடிலை இவ்வாறு குறிக்காமல் இ - ன் வளைந்த கோட்டை கீ, சீ, மீ போன்றவற்றிற்கு சுழித்திருப்பதைப் போல சுழித்தே எழுதியிருப்பார். ஈ எனும் நெடிலுக்கு வள்ளலார் எழுதிய இவ்வரிவடிவம் வேறு யாரும் எழுதிறாத ஒன்று என்று ஆய்வாளர்கள் கருதுகின்றனர்.

வள்ளலார் ஏன் இம்மாற்றத்தைச் செய்தார் என்று யோசித்தோமேயானால் இரண்டு காரணங்கள் நமக்குப் புலப்படுகின்றது. ஒன்று, ஈ யை இவ்வாறு இரு புள்ளிகள் கொண்டதாய் அச்சிடுவது சிரமமானது. புள்ளியோடு எழுத்துகள் வேண்டாம் என்பதாலேயே வீரமாமுனிவர் அ மேல் புள்ளி வைக்கும் நெடில் வடிவத்தையும், ஒ மேல் புள்ளி வைக்கும் நெடில் வடிவத்தையும் மாற்றி ஆ, ஓ

என்றார். அதே காரணம் கருதியே வள்ளலாரும் ஈ யை தவிர்த்து சுழித்த அமைப்பிலான ஈயை கொண்டுவந்திருக்க வேண்டும்.

மேலும் ஈ யுடன் சேரும் மெய்யெழுத்துகள் உயிர்மெய் எழுத்துகளாய்த் தோன்றும் போது கீ, சீ, மீ, யீ, ரீ, லீ, வீ என்றே வரியமைப்பைக் கொண்டிருப்பதால் அதே மாதிரியான சுழித்த இ -யினை ஈ எனும் நெடிலுக்கு அமைத்தால் உயிர்மெய் எழுத்துகளின் வடிவத்தை எளிதாகப் புரிந்து படித்து எழுதலாம் என்பதைக் கொண்டே இதனை பயன் படுத்தியிருப்பார் வள்ளலார். ஆனால் இம்மாற்றம் தமிழ் மொழி வரலாற்றில் எடுத்துக் கொள்ளப்படாமலேய போய்விட்டது என்பது வருத்தத்திற்குரிய விஷயமாகும்.

'தமிழ்' என்னும் சொல்லுக்கிட்ட உரை

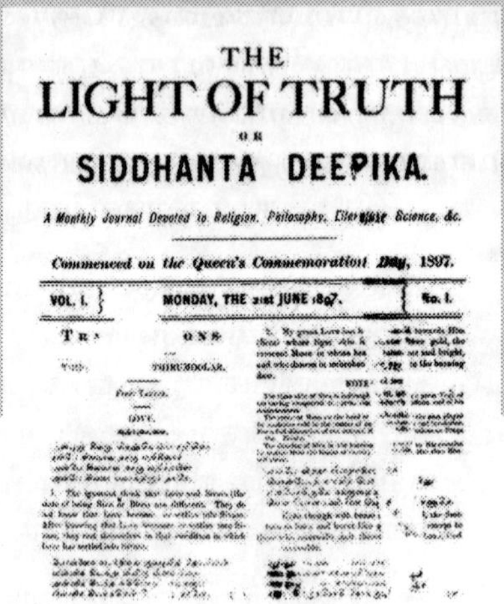

THE
LIGHT OF TRUTH
OR
SIDDHANTA DEEPIKA.

A Monthly Journal Devoted to Religion, Philosophy, Literature Science, &c.

Commenced on the Queen's Commemoration Day, 1897.

VOL. I. | MONDAY, THE 21st JUNE 1897. | No. I.

'தமிழ்ப் பாஷையே அதி சுலபமாகச் சுத்த சிவானுபத்தைக் கொடுக்கும்' என்பது அருட்பிரகாச வள்ளலாரின் திடமான எண்ணமாகும். இயல்பிலேயே தாய்தமிழின் மீது அலாதி நேயங் கொண்டவர் என்பதாலேயே என்னவோ எங்கேயும் எச்சூழலிலும் தமிழை வள்ளலார் விட்டுக்கொடுத்ததேயில்லை. அக்காலத்தில் வள்ளலாருக்கு சங்கராச்சாரிய சுவாமிகளோடு நல்லுறவு இருந்ததை அறிய முடிகின்றது. ஒருமுறை சங்கரர் 'சமஸ்கிருதமே மாத்ரு பாஷை' என்பது தம் அபிப்ராயம் என்று சொன்னார். அதாவது உலகத்தின் எல்லா மொழிக்கும் சமஸ்கிருதமே தாயாக இருக்கின்றது என்பதிதன் அர்த்தமாகும்.

வள்ளலார் இதனை மறுத்து, இல்லை! இல்லை! தமிழே தாய்மொழி என்று கூறாது சமஸ்கிருதம் மாத்ரு பாஷையென்றால் "தமிழ் பித்ரு பாஷை" என்று விவகரித்தார்.

ஒரு குழந்தையைக் கருவில் சுமப்பதும் வளர்ப்பதும் தாயானாலும் அக்குழந்தை உருவாதற்கான உயிரணுவை - சுக்கிலத்தை தந்தையே வழங்குகிறான் என்றபடியால் சமஸ்கிருதத்தைக் கடந்து தமிழ் உலக மொழிகளுக்கெல்லாம் 'தந்தைமொழி' என்று நிமிர்ந்து உரைத்தார். அதனொடு தமிழ் என்ற சொல்லுக்கு இதுவரை யாரும் அளிக்காத உரையொன்றினையும் அளித்தார். தமிழ் எனும் சொல்லுக்கு வள்ளலார் தந்த இந்த நீண்ட உரைபோல் பிறிதொன்று வள்ளலுக்கு முன்னும் இல்லை பின்னும் இல்லை.

அடிகள் செய்த அவ்வுரை விளக்கம் முதன் முதலாக 21.8.1897 இல் "உண்மை விளக்கம்" அல்லது "சித்தாந்த தீபிகை" என்னும் திங்களிதழில் "தமிழ் - ஸ்ரீஇராமலிங்க சுவாமிகளால் எழுதப்பட்டது" என்னும் தலைப்போடு அச்சிடப்பட்டது. பின்னர் "சித்தாந்தம்" 1913ஆம் ஆண்டு ஜுலைத்திங்கள் இதழிலும் வெளியிடப்பட்டுள்ளது. சமரச பஜனை ச.மு.கந்தசாமி பிள்ளை அவர்களது திருவருட்பா (1924) பதிப்பிலும் இது காணப்படுகிறது. - (இராமலிங்கரும் தமிழும் பக்கம் 19)

தமிழ் என்னும் சொல்லுக்கு வரி, ஒலி இலக்கண ஆய்வினை மையமாகக் கொண்ட வள்ளலார் இயற்றிய உரையை கவனிக்காமல், கால்டுவெல் அவர்கள் திராவிட மொழி இலக்கண ஒப்பாய்வு நூலொன்றையே இன்றைய மொழி / வேர்ச்சொல் ஆய்வாளர்கள் முன்னோடியாகக் கருதுவதாக ஆய்வாளர் த.கங்காதரன் வருந்திப் பதிக்கிறார். தவறில்லை. மேற்படி தமிழ் எனும் சொல்லுக்கு அடிகள் அருளிய உரையைக் காண்போம்.

"தமிழ் என்பது த் - அ - ம் - இ - ழ் என்னும் ஐந்து அலகு நிலையுடைத்து. த், ம், ழ்: ஜடசித்கலை அ, இ: சித்கலை.

அ அகண்டாகார சித்தை விளக்கும் ஓங்கார பஞ்சாக்கரத்துள் பதிநிலை யக்கரமாம்.

இ பதியை விட்டு நீங்காத சித்தை விளக்கும் வியவகாரத்தால் அனந்தாகார வியஷ்டி பேதம் காட்டும் ஜீவ சித்கலை யக்கரமாம்.

பதி சிதாத்ம கலைகளுக் காதாரமாகி உயிரினுக் குடலை யொத்துக் குறிக்கப்படும் த், ம், ழ்: எழுத்துக்களுக்குரை:

த் ஏழாவதுமெய்

ம் பத்தாவதாகும்

ழ் கரு – வது இயற்கை யுண்மைச் சிறப்பியலக்கரமாம்.

ஐந்தலகு நிலையும் உபயகலை நிலையும் மூன்று மெய்நிலையும் அமைந்துள்ளதும், சம்பு பக்ஷத்தாரால் அனாதியாய் – சுத்தசித்தாந்த ஆரிஷரீதிப்படி கடவுள் அருளாணையால் கற்பிக்கப்பட்டதும் எப் பாஷைகளுக்கும் பிதுர்பாஷையென்று ஆன்றோர்களால் கொண்டாடப்பட்டதும், இனிமையென்று நிருத்தம் சித்திக்கப் பெற்றுள்ளதுமான தமிழ் என்னும் இயற்கை யுண்மைச் சிறப்பியல் மொழிக்குச் சுத்த சித்தாந்த பத உரை:-

த்-அ: தத்வ ரூபாதி சிவபோகாந்தமான தசகாரிய இயற்கை யுண்மைக் கட்டளை நிலையில், முன் அலகு நிலைப் பொருள் கூறிய விடத்துக் குறித்த ஏழவாது நிலையாகிய த் என்பது சிவ ரூபஇயற்கை யுண்மைக் கட்டளையாம். அ அகண்டா கார சித்கலா ரூப ஓங்காரத் துட்பொருட் பிரதம விலக்கிய வியக்தி யக்கரம். பன்னீருயிர் நிலையிற்றலையாய முத லக்கரமாதலில், அதுவே பிரமாதிபரசி வாந்த நவ நிலைக்கும் அனாதி யாதி காரணமாயுள்ள இயற்கை யுண்மைப் பரிபூரணப் பொருளிலக்காம்.. என்னவே சிவ ரூப மாகும் தகராகாசத்தில் சுத்த சிவ மாகும் அருட் ஜோதி யிணைந்துள்ள பூரணானந்த ஸ்வரூப பரபதி வியக்தமாயிற்று.

ம்-இ: சங்கரா ப்ரணவ மாகிய மகாரம் முக்தான்மாக்களுக்கு ஒளி வண்ணச் சதானந்தமாயும் பெத்தான்மாக்களுக்கு இருள் வண்ண மலரூப மாயும் இருந்து, கற்பாந்தப் பிரளய முடிவின் சிருஷ்டி திதியாதிகளில் சிதான்ம சக்தியாகிய ஜீவனுக்கு அதிகரணமாகவும் முற்குறித்த பத்தாவது நிலையமாகிய ஆன்மாதாரமாகியுமுள்ளதெனப் பொருளாம். இ-பன்னீருயிர் நிலைகளில் மூன்றாம் நிலையுயிராகிய இகாரம் திரிகலா ஆன்ம வருக்கத்தில் அபரமாகிய சகலாகலரையும் பரமாகிய பிரளயாகலரையிம் கீழ்ப்படுத்தி அவ்விரு விஞ்ஞான கலராகிய சிதாத்மாக்களைச் சுட்டிகின்றதாம். என்னவே, ஆதார ஆதேயக் கூட்டுறவால் என்றுந் தோன்றி விளங்கும்

சிதான்ம வருக்கங்கள் பரபதி லக்ஷியமாகிய பூரணானந்தத்திற்கு அநுபவிகளாக வுரியவர்க ளெனக் குறிக் கொள்ளல் வேண்டும்.

ழ்: இந்தச் சிறப்பிய லக்ரம் பதினெண் மெய்களில் பக்ஷ முடிபின் எண் குறிப்பில் நின்று, சிவயோக பூமியாகிய பரத கண்டத்தில் பௌராணிக தத்துவத்தாற் குறிக்கப்பட்ட ஐம்பத்தாறு தேசங்களுள் சுதேசந் தவிர மற்ற ஐம்பத்தைந்து தேச பாஷைகளிலு மில்லாத்தாயும் பதினெண்ணிலமாகக் குறிக்கப்பட்ட செந்தமிழ் கொடுந்தமிழ் என்னும் இருமைக்கும் ஒற்றுமையுரிமையாயும், முத்துறைத் தமிழுக்குள் முதன்மைத் துறையானதும் இருக்கு யஜுர் சாம மென்னும் சமஸ்கிருத வேதத் திரயப் பொருள் அநுபவத்தை யெளிதில் கற்றுணர்ந்து தெளிந்து அநுபவித்தற்குப் பரமேசுரனது திருவருளைப் பஞ்சாக்ஷர முத்தொழிற் காரியமான பஞ்ச தசாக்கரியால் பிரத்தியக்ஷாநுபவம் சித்திக்கச் செய்யும் நிலயமானதும் ஸ்ரீ மாணிக்கவாசகர் சம்பந்தர் நாவரையர் சுந்தரர் திருமூலர் முதலிய மகாபுருஷர்களால் சாத்திர தோத்திரங்களாக அருளிச் செய்யப்பட்டிருக்கும், திருவாசகம், தேவாரம்,திருமந்திரம் என்னும் பரமார்த்தரகசியங்களை யுடையதும் – பலநாள் நைஷ்டிக அதிகரணம் பூண்டு போதகாசிரியர் சந்நிதியில் தாழ்ந்து சகபாடிகளோடு சூழ்ந்து சுர ஒலி பேதங்களைத் தேர்ந்து உழைப்பெடுத்து ஓதினாலும் பாடமாவதற்கு அருமையாயும் பாடமானாலும் பாஷியம் வியாக்கியானம் டீக்கா டூக்கா டிப்பணி முதலிய உரைகோள் கருவிகளைப் பொருள் கொள்ளத்தேட வேண்டியதாயும் அவ்வகைகளையும் தேடிக் கைவரினும் அக்கருவிகளால் போதகம் பெற வேண்டியதற்குப் பாஷியகாரர்கள் வியாக்கியான கர்த்தர்கள் டீக்கா வல்லபர்கள் டூக்கா சூசகர்கள் முதலிய போதக உபபோத காசாரியர்கள் கிட்டுவது அருமையல் அருமையாயும் இருக்கிற ஆரியம் மகாராட்டிரம் ஆந்திரம் என்ற பற்பல பாஷைகளைப் போலாகாமல் – பெரும்பாலும் கற்பதற்கு எண்ணளவு சுருக்கமாயும் ஒலியிலேசாயும் கூட்டென்னுஞ் சந்தி அதிசுலபமாயும் எழுதவும் கவிசெய்யவும் மிக நேர்மையாயும் அக்ஷர ஆரவாரம் சொல்லாடம்பரம் முதலிய பெண்மை அலங்கார மின்றி எப்பாஷையின் சந்தசுகளையும் தன் பாஷையுள் ளடக்கி ஆளுகையால் ஆண்டன்மையைப் பொருந்தியதுமான தற்பாஷைக்கே அமைவுற்ற ழ், ற், ன் என்னும் முடி நடு அடி சிறப்பியலக்கரங்களில் முடிநிலை இன்பாநுபவ சுத்த மோனாதீதத்தைச் சுட்டறச் சுட்டும் இயற்கையுண்மைத் தனித் தலைமைப் பெருமைச் சிறப்பியலொலியாம்.

உரை கூறிப் போந்த சுத்த சித்தாந்த ஆரிடரீதி முப்பதவுரைப் பொழிப்பு: மருளியற்கை மல இருளைப் பரிபாக சந்தியால் அருளொளி யாக்கி, அதற்குள் வீடான சிதாத்ம சிற்கலாசத்தியென்னும் சுத்த ஆன்மாவானது தகர ககன நடன அருட்பெருஞ்ஜோதி யென்னுஞ் சுத்த சிவானந்த பூரணத்தை சுத்த மோனா தீத வியலால் அனுபவிக்கும் இயற்கை யுண்மையே தமிழ் என்னும் சொற்பொருள் சுட்டினமாறு காண்க.

இதன் கருத்து யாதெனில்: தமிழ்ப் பாஷையே அதிசுலபமாகச் சுத்த சிவானுபூதியைக் கொடுக்கும் என்பதாம்.

தமிழுக்கு வள்ளலார் வழங்கிய இவ்வுரை இலக்கண நுட்பத்துடன் தத்துவநுட்பங்களையும் கொண்டதாக அமைந்துள்ளதாக ஊரனடிகள் பதிவு செய்கிறார். இப்போது இவ்வுரைக்கு திருவருட் கருணையினால் விளக்கம் காண முயற்சிக்கலாம்.

வள்ளலார் தமிழ் எனும் சொல்லை எழுத்துகளாப் பிரித்து ஒவ்வொரு எழுத்தின் மூலத்திலிருந்தும் தமிழுக்கு உரை வழங்குகிறார். அதாவது தமிழை த்+அ+ம்+இ+ழ் என்று பிரித்து பொருள் தருகிறார். அதில் த், ம், ழ் ஆகிய மெய்யெழுத்துகளை ஜடசித்கலை என்றதன் காரணம் அவை உயிரெழுத்தைப் போன்று அல்லாமல் வெறும் ஜடத்தன்மையாக இருப்பதேயாகும். ஜடம் என்றால் உயிரற்றது என்று பொருள். சித்கலை என்பது அறிவுக் கலையாகும். பின்னால் ஒவ்வொன்றின் விளக்கத்தையும் காண்போம். மெய் எழுத்துகளைத் தொடர்ந்து அ, இ என்பவை சித்கலை என்கிறார் இது இரண்டும் உயிரெழுத்துகள்.

மூன்று மெய் எழுத்துகள், இரண்டு உயிரெழுத்துகள் என பிரிக்கப்பட்ட இவைக்கான உரையை தொடர்ந்து பார்க்கலாம்.

அ - என்பதை அகண்டாகார சித்தை விளக்கும் ஓங்கார பஞ்சாக்கரத்துள் பதிநிலை யக்கரமாம் என்கிறார் வள்ளலார்

அகண்டகார சித்து

மண், கல், மலை முதலான உயிரற்றப் பொருட்கள் தொடங்கி தாவரங்கள்,விலங்குகள் மனிதர்கள் ஈறாக இவ்வுலகத்தின் சர, அசர பொருட்கள் அனைத்தும் ஒன்றே! அவை பரம்பொருளின் வடிவங்களே! அத்தகைய இவற்றை பரம் பொருளாக உணராது பிரித்துப் பிரித்து பேதமுறும் குறை அறிவு நீங்கப் பெறுகின்ற நிலை அகண்டாகரம் ஆகும். அத்தகைய உயிர்களையும் உலகையும் இறைவனாகவேப் பார்க்க முடியாதபடி பிரிக்கும் அசுத்த அறிவு நீங்கப் பெற்ற சித்தை (சுத்த அறிவை) விளக்குவது அ எனும் எழுத்தாகும். இதன் மூலம் உணரப்படுவது யாதெனில் தமிழ் என்பது எல்லா உயிர்களையும் பிரித்துப் பார்த்து பேதமுறும் தன்மையை ஒழித்து ஆன்ம ஒழுக்கத்தின் கண்ணான ஆன்ம அறிவை வழங்கும் சிறப்புடையதாகும்.

அ – என்பது ஆன்மநேய ஒருமைப் பாட்டுரிமை அறிவாகும்.

ஓங்கார பஞ்சாக்கரத்துள் பதிநிலை யக்கரமாம்:-

ஓம் எனும் பிரணவத்தின் பாகம் ஐந்து. அவை அகரம், உகரம், மகரம், விந்து, நாதம். இவற்றுள் முதன்மையானதும் பதிநிலையில் (பதி, பசு, பாசம் - பதியானது சிவம்) விளங்குவதுமானது அகரம். அகரம் என்பது படைத்தலையும் உகரம் காத்தலையும், மகரம் அழித்தலையும் பொதுவாகக் குறிக்கின்றது அவ்வளவில் அகரம் படைப்பது, தோற்றுவிப்பது, உருவாக்குவது மேலும் தோற்றுவித்தலின் ஆதிப்புள்ளியுமாகும் அதனாலேயே அகரத்தை சித்கலை என்றும் பதிநிலை என்றும் குறிக்கிறார். சித்கலை என்பது ஆன்ம அறிவு நிலை அதுவே பதிநிலை.

மொழியிலக்கணம்படி அகரமே தோற்றுவாய் மெய்யெழுத்துகள் எல்லாம் அ என்ற உயிர் எழுத்தைச் சேர்த்தே உச்சரிக்கப்படுகின்றன. இதனை "மெய்யின் இயக்கம் அகரமொடு சிவணும்" (தொல்.17) என்கிறார் தொல்காப்பியர். நாம் க், ங், ச் என்று மெய்யெழுத்தை சொன்னால் கூட அதில் அ வினுடைய தோற்றம் இருக்கும்,

ஆம் வாயை திறக்காமல் எந்த மெய்யெழுத்தையும் உச்சரிக்க முடியாது, எனவே உச்சரிக்க வாயைத்திறக்கும் போது ஒலி வாயிலிருந்து அகரத்துணையோடே மெய்யெழுத்தைக் கொடுக்கமுடியும் (இதனை உச்சரித்துப் பார்க்கும் போது நாமேஉணரலாம்) ஆகவேமெய்எழுத்து உயிரெழுத்துகளிலிருந்து வேறுபட்ட தாயினும் அகரம் என்கிற ஒன்றின் இருப்பு இல்லாமல் அவை தோன்ற முடியாது அதனாலேயே மெய்யெழுத்து ஜட சித்கலை, அ, இ இரண்டும் சித்கலை அதிலும் அகரமே தோற்றுவாய் என்பதால் இதுவே படைப்பைக் குறிப்பதாகப் பொருளுரைக்கப்படுகின்றது. எனவேதான் ஔவையார்,

‘ஆதியாய் நின்ற அகரம்முதல், எழுத்து
ஓதிய நூலின் பயன்”

என்று தானியற்றிய ஞானக்குறளில் சொன்னார்.

மெய்யெழுத்துகளுக்கு மட்டுமில்லை, ஏனைய உயிர் எழுத்துகளின் பிறப்பிற்கும் அகரம் காரணமாக அமைகின்றது. இகரத்தோடு அகரம் சேர்ந்தால்தான் ஏவும், உகரத்தோடு அகரம் சேர்ந்தால்தான் ஓவும் தோன்றும் அதேபோல் அகரம் இகரம் சேரும்போதே ஐ தோன்றுகிறது.

இ + அ = ஏ
உ + அ = ஓ
அ + இ = ஐ- இப்புணர்ச்சி விதியினை தொல்காப்பியர்,
“இகர அகரம் ஏகாரமாகும்”
“உகர அகரம் ஓகாரமாகும்”
“அகரம் இகரம் ஐகாரமாகும்”

- என்று குறிப்பிடுகின்றார்.

அகரமானது மெய்யெழுத்துகளும், இன்னபிற உயிரெழுத்துகளும் தோன்றுவதற்கு தோற்றுவாயாக இருப்பதால் பதிநிலை என்றார். பதியாகிய இறைவன் பசுக்களை (உயிர்களை) தோற்றுவிப்பவனாகவும், அவ்வாறு தோன்றும் உயிர்களுக்குள்ளே மறைந்து வெளிப்படாது இருப்பவனாகவும் உள்ளதைப் போல தமிழில் அகரம் மற்ற

எல்லா எழுத்துகளையும் தோற்றுவிப்பதாலும் அவ்வாறு தோன்றிய எழுத்துகளுள் அறியமுடியாதவாறு சூட்சுமமாய் மறைந்திருப்பதாலும் அகரமும் - பதிநிலையும் ஒன்றானது எனவேதான் திருவள்ளுவர்,

"அகர முதல எழுத்தெல்லாம் ஆதி
பகவன் முதற்றே உலகு"

என்றார். (குறள் 01)

அகரமும் - ஆதிபகவனும் ஒன்றென்னும் ஆழப்பொருளே அகரமும் பதிநிலையும் ஒன்றென்னும் பொருளாகும். எல்லா எழுத்துக்குள்ளும் அகரம் மறைந்து வெளிப்படாது இருப்பதற்கு உதாரணம், க என்னும் உயிர்மெய் க் மற்றும் அ என்ற இரண்டின் புணர்ச்சியின் உருவானது. பொதுவாக க் என்னும் மெய்யெழுத்து அரை மாத்திரையும் அ என்னும் உயிர்க்குறில் ஒரு மாத்திரையும் கொண்டது. இந்த அரையும், ஒருமாத்திரையும் சேர்ந்தால் க என்பது ஒன்றரை மாத்திரையாகத்தானே ஒலிக்க வேண்டும் ஆனால் இலக்கண விதிப்படி உயிர்மெய் குறில் ஒரு மாத்திரையே கொண்டது எனில் ஒன்றரை அளவு என்னானது என்று கேட்பின். க் என்ற மெய்யின் அரை மாத்திரை அ எனும் உயிர்க்குறிலின் ஒருமாத்திரைக் குள்ளேயே அடங்கிவிடுகிறது. இதனை தொல்காப்பியர் "மெய் இயையினும் உயிர் இயல் திரியா" என்கிறார். எவ்வாறு க் எனும் மெய்யின் அரை மாத்திரை அ எனும் உயிரின் ஒரு மாத்திரைக்குள் மறைந்து வெளிப்படாமல் இருக்கிறதோ அவ்வாறே எல்லா எழுத்துகளிலும் அகரம் மறைந்து வெளிப்படாது நிற்கின்றது.

ககரம் தொடங்கி னகரம் வரை உள்ள உயிர்மெய் எழுத்துகளில் அவற்றின் மெய்யான க் - ன் வரைப்பட்டவை அகரம் எனும் மாத்திரையளவிற்குள் அடங்கி இருக்கிறது. இந்த உலகமும், பிரபஞ்சமும் என எல்லாம் சிவத்துக்குள் அடங்கியவைப்போல. ஏனைய உயிர்மெய் எல்லாவற்றிற்குள்ளும் அகரம் மறைந்துள்ளது - இந்த உலக உயிர்கள் யாவற்றிற்குள்ளும் மறைந்து திருநடனஞ்செய்யும் பரத்தைப் போல.

ஆக எல்லா விதத்திலும் அகரம் பரம்பொருளின் தன்மைக்குப் பொருந்தியிருப்பதாலேயே அகரம் பதிநிலை எனப்பட்டது.மேலும் அகரம் – சித்தை விளக்கும் என்றார். சச்சிதானந்தத் தத்துவத்தின்படி சத்து + சித்து + ஆனந்தம் என்பவற்றில் சித்து என்பது முற்றுணர்வு உடைமை, இயற்கை உணர்வு உடைமை, பேரருள் உடைமை என்கிறார் வள்ளலார் எனில் அ – சித்தை விளக்கும் என்பதன் மூலம் அகரம் முதலாகக் கொண்ட தமிழ் முற்றும் உணர்விக்கக் கூடிய தன்மையும், இயற்கை உணர்தலுக்குத் துணையானதாயும், பேரருளைப் பெற்றுத் தருவதாயுமானது என்பதை ஈண்டுப் பொருத்தியுணர வேண்டும். மேலும் சித்து என்பது அறிவின் விளக்கம் எனும் பொருளும் வள்ளலாரால் சொல்லப்படுவதால் தமிழானது அறிவின் விளக்கத்திற்குக் கருவியான மொழியாகும். ஆதலாலே "தமிழ் பாஷையே அதி சுலபமாகச் சுத்த சிவானுபூதியைக் கொடுக்குமென்பதாம்" என்று தமிழுக்கிட்ட உரையை முடிக்கிறார். (சித்து என்பது மரணமிலா பெருவாழ்வையும் குறிக்கக்கூடியது, தமிழ் மரணமற்றத் தன்மையும், மரணமிலா பெருவாழ்வை பெறுவதற்கு துணையான தன்மையும் கொண்டதாகும்)

இ – பதியை விட்டு நீங்காத சித்தை விளக்கும்.

பரம்பொருளினிடத்து தோன்றி பரவி விளங்கும் சர – அசரங்களைக் குறித்த அறிவு அதாவது **"விவயகாராத்தால் அனந்த அகார வியஷ்டி பேதங் காட்டும் ஜீவசித்கலை அக்கரமாம்"** என்று குறிக்கிறார் வள்ளலார். விவயகாரம் என்பது 'வழக்குநிலை' ஒரு உயிர் தோன்றியதற்கு பின்னும் மறைவதற்கு முன்னுமான நிலை. காரிய நிலை அனந்த அகாரம் என்பது 'பல் வேறுபட்ட' என்ற பதத்தினைக் குறிப்பது வியஷ்டி பேதம் என்பது தனித்துப் பார்த்தல் என்பதாகும்.

"மரங்கள் போல் வியட்டிபேதம் வனமெனல் சமட்டிபேதம்
சங்கடா வரங்கள் பேதத் தனியுடல் வியட்டியென்பார்
பரம்பிய வெல்லாங் கூட்டிப் பார்ப்பதே சமட்டியாகும்
இரங்கிய பல சீவர்க்கு மீசர்க்கும் பேதமீதே"

என்ற பாடல்மூலம் ஒரு வனத்தைப் பொது நிலையில் வனமாகப் பார்ப்பது சமஷ்டி என்றால் அதில் ஒரு மரத்தை

மரமாகத் தனித்துப்பார்க்கும் பேதம் வியஷ்டி பேதம் ஆகும்."விவய காரத்தால் அனந்த அகார வியஷ்டி பேதம் காட்டும் ஜீவ சித்கலை'என்பதன் பொருள் பிரபஞ்சத்தில் தோன்றி இயங்கும் காலமானதில் பிரபஞ்ச சர அசரங்களை இன்னது என்று தனித்துப் பார்க்கும் ஜீவ அறிவு - இ. ஆகும். அவ்வாறு தனித்திருக்கும் யாவும் பரத்துவத்தை விட்டு நீங்காத ஒன்றே என்பதை அறியும் அறிவே இகரம். கடலலைகள் கடல் ஆகாதெனினும் கடலே கடலலைகள் என்பதை உணரும் ஜீவ அறிவு. (அக்கரம் என்பதற்கு எழுத்து என்று பொருள்) அகரம் எல்லாவுமாய் விளங்குகின்ற பரத்தையும், இகரம் பரம் விளங்குகின்ற எல்லாவற்றினையும் பரத்தையும், விளக்கும் ஆன்ம அறிவும், ஜீவ அறிவும் ஆகும்.

"பதி சித்தாத்ம கலைகளுக்கு ஆதாரமாகி உயிரினுக்கு உடலையொத்துக் குறிக்கப்படும் த், ம், ழ் எழுத்துகளுக்கு உரை

த் – ஏழாவது மெய்
ம் – பத்தாவது மெய்
ழ் – கரு – வது இயற்கை உண்மை சிறப்பியலக்கரமாம்"

பதியினைக் குறித்த ஆன்ம அறிவையும் ஜீவ அறிவையும் வழங்கி ஆதாரமாய் விளங்குகின்ற தமிழின் அ, இ எனும் உயிருக்கு அது இயங்க உடலாய் அமைவது மெய்யெழுத்துகளாகும். அவற்றுள் இங்கு தமிழ் எனும் சொல்லில் த், ம், ழ் என்ற மூன்று மெய்யெழுத்துகள் அமைந்துள்ளன.

க், ங், ச், ஞ், ட், ண், த், ந், ப், ம், ய், ர், ல், வ், ழ், ள், ற், ன் என்பதான பதினெட்டு மெய்யெழுத்துகளின் வரிசையில் த் - என்பது ஏழாவதாது மெய்யாகவும், ம் என்பது பத்தாவது மெய்யாகம், ழ், என்பது பதினைந்தாவது மெய்யாகவும் தமிழில் அமைந்துள்ளன.

"ஐந்தலகு நிலையும் உபயகலை நிலையும் மூன்று மெய்நிலையும் அமைந்துள்ளதும், சம்பு பக்ஷத்தாரால் அனாதியாய் – சத்தசித்தாந்த ஆரிஷாீதிப்படி கடவுள் அருளாணையால் – கற்பிக்கப்பட்டதும் எப் பாஷைகளுக்கும் பிதுப்பாஷையென்று ஆன்றோர்களால் கொண்டாடப் பட்டதும், இனிமையென்று நிருத்தம் சித்திக்கப் பெற்றுள்ளதுமான தமிழ் என்றும இயற்கை யுண்மைச் சிறப்பியல் மொழி"

இங்கு ஐந்தலகு நிலை என்பது அகரம், உகரம், மகரம், விந்து, நாதம் என்பதாகும், உபயகலை என்பதில் உபயம் என்பது இரண்டாகப் பார்க்கும் தன்மை, அதாவது ஆண்டவரிடத்திலிருந்து உயிர்களை பிரித்தறியும் கலை என்பதாகும், மூன்றுமெய் நிலை என்பது ஏழாவது, பத்தாவதும், பதினைந்தாவதுமாக அமைந்த த், ம், ழ் என்ற மெய்யெழுத்துகளாகும். இவ்வாறு ஐந்தலகு கொண்ட அகரம், உபயகலை கொண்ட இகரம், மூன்று மெய்நிலையான த், ம், ழ் ஆகிய இந்த ஐந்தும் சேர்ந்ததான த்+அ+ம்+இ+ழ் எனும் தமிழானது சம்பு பஷத்தாரால் அநாதியாய் - சுத்த சித்தாந்த ஆரிஷ ரீதிப்படி கடவுள் அருணையானால் - கற்பிக்கப்பட்டது என்கிறார். சம்பு பஷத்தார் யார் என்று கேள்வி எழும்பினால் அதனை நாம் அறிந்து கொள்ள வேண்டியது அவசியமாகும். புண்ணியமும், தகுதியும் உடைய ஆன்மவர்க்கத்தினர் சிலர் படைத்தல் முதலிய தொழில் செய்யும் ஆசையால் சிவப்பரம் பொருளை வழிபட்டு பிரம்மா, திருமால், முதலிய பெயர்களையும் வடிவங்களையும் பெற்றுத் தொழில் செய்கின்றனர். இவர்களே கதைகளில் பேசப்படுகின்றவர்கள். இவர்களை "அணு பஷத்தினர்" என்பர், எனில் சம்பு பஷத்தினர் யாரெனில் சிவமானவர்கள், (சம்பு - சிவம்) எனப்படுவர்.

தமிழானது சிவத்தன்மைப் பொருந்தியவர்களால் அநாதியாய் (தொடக்கம் இது என்று அறிய முடியாதபடியாய்) சுத்த சித்தாந்தத்தின் தத்துவ முறைப்படி கடவுளின் பேரருட் கருணையால் இம்மண்ணுக்கு வழங்கப்பட்டது என்கிறார். இதன்மூலம் தமிழ் இயற்கை மொழியாய் படைத்துக்கொள் ளப்பட்டதென்றும், சுத்தசித்தாந்தத் தத்துவத்தை உள்ளீடாய்க் கொண்டதென்றும், தொடக்கம் இது என்று அறிய முடியாதபடியான பழமைக்குரியது என்றும் கடவுள் அருட்கருணையால் இவ்வுலகத்திற்கு இம்மொழியை ஈந்தார் என்று மிகத்தெளிவாக அறிய முடிகின்றது.

மேலும் "எப்பாஷைகளுக்கும் பிதுர்பாஷை" என்பதால் தமிழே உலகின் அனைத்து மொழியும் தோன்றுவதற்கான காரணப் பொருளாய் தந்தைஸ்தானத்தில் விளங்குகின்றது

என்கிறார் வள்ளலார். இதுவரையில் அடிகள் வழங்கியது சித்தாந்த உரை இவ்வுரையானது தனித்தனி எழுத்துகளாகப் பிரித்துப்பொருள் கூறப்பட்டதாகும். இனி வள்ளலார் வழங்குவது சத்த சித்தாந்த பதஉரை. தமிழில் த என்ற எழுத்தைப்பிரித்து த்+அ என்று வகத்து த் என்பதற்கும், அ என்பதற்கும் தனிதனியாகப் பொருளுரைத்தவர் சுத்த சித்தாந்த உரையில் தகரத்தை த்-அ என்று சேர்த்துக் கூட்டி பொருளுரைக்கிறார். இந்த சுத்தசித்தாந்த உரையில்தான் த், ம், ழ் எனும் மெய்யெழுத்துகளுக்கு உரிய மெய் விளக்கத்தை வள்ளலார் வழங்குகிறார்.

"*த்-அ:* தத்வ ரூபாதி சிவபோகாந்தமான தசகாரிய இயற்கை யுண்மைக் கட்டளை நிலையில், முன் அலகு நிலைப் பொருள் கூறிய விடத்துக் குறித்த ஏழவாது நிலையாகிய த் என்பது சிவ ரூபஇயற்கை யுண்மைக் கட்டளையாம். அ அகண்டா கார சித்கலா ரூப ஓங்காரத் துட்பொருட் பிரதம விலக்கிய வியக்தி யக்கரம். பன்னீருயிர் நிலையிற்றலையாய முத லக்கரமாதலில், அதுவே பிரமாதிபரசி வாந்த நவ நிலைக்கும் அனாதி யாதி காரணமாயுள்ள இயற்கை யுண்மைப் பரிபூரணப் பொருளிலக்காம்.. என்னவே சிவ ரூப மாகும் தகராகாசத்தில் சுத்த சிவ மாகும் அருட் ஜோதி யிணைந்துள்ள பூரணானந்தஸ்வரூப பரபதி வியக்தமாயிற்று."

தத்வ ரூபாதி சிபோகாந்தமான தசகாரியம் என்பது யாதெனில் தத்துவரூபம் தொடங்கி சிவபோகம் வரையிலான தசகாரியம் எனப்படும், பத்து நிலைகளைக் குறிப்பதாகும். இத்தசகாரியம் குறித்து சிதம்பர நாத தேசிகர் தனிநூலையே வழங்கியுள்ளார்.தசகாரியம் என்பது,

1. தத்துவரூபம், *2.*தத்துவ தரிசனம், *3.* தத்துவ சுத்தி, *4.* ஆன்ரூபம் *5.*ஆன்ம தரிசனம் *6.* ஆன்ம சுத்தி *7.* சிவ ரூபம் *8.* சிவபாசம் *9.*சிவயோகம் *10.* சிவதரிசனம் எனும் சிவபோகம்.

தசகாரியம் என்றால் என்ன?

மெய் கண்ட சாத்திரங்களில் ஒன்றாகிய உமாபதி சிவாச்சாரியாரின் 'உண்மை நெறி விளக்கம்' எனும் சிறிய நூலின் கண் தசகாரியத்தை விளங்கிக்கொள்ளலாம். தசகாரியம் என்றால் ஆன்மாவின் மெய் ஞான

வளர்ச்சியினைக் குறிப்பதாகும். தத்துவம், ஆன்மம், சிவம் என்று மூன்று நிலைகளை உயிரானது கடக்கும் போதே பூரணத்துவம் பெறும்.

இந்த ஆன்மாவின் 10 வளர்ச்சி நிலைகளில் ஏழாவதாக இருக்கக்கூடிய சிவரூபமானது த் எனும் ஏழாவது மெய்யெழுத்தினுக்குப் பொருளாகும். தத்துவ ரூபம் தொடங்கி சிவபோக நிலை வரையிலான பத்து தசகாரியத்தில் ஏழாவது நிலையான சிவரூபமே த் எனும் எழுத்தாகும் என்பதையே "தத்வரூபாதி சிவபோகாந்தமான தசகாரிய இயற்கை உண்மைக் கட்டளை நிலையில் முன் அலகு நிலைப்பொருள் கூறிய விடத்துக் குறித்த ஏழாவது நிலையாகியத் என்பது சிவரூப இயற்கையுண்மை கட்டளை" என்று கூறியிருக்கிறார் வள்ளலார்.

மேற்படி அகரம் என்பதற்கு சுத்த சித்தாந்த வழக்கின்படி மேற்சொல்லப்பட்ட விளக்கமல்லாது இங்கு இன்னும் சித்தாந்த ரீதியில் விளக்க உரையளிக்கிறார். அதாவது "பிரமாதி பரசிவாந்த நவநிலைக்கும் அனாதியாதி காரணமாயுள்ள இயற்கையுண்மைப் பரிபூரணப் பொருள்" என்றார். இதனை விளக்கமாகப் பார்க்கலாம்.

"தடையுறாப் பிரமன் விண்டு ருத்திரன்
மாயேச்சுரன் சதாசிவன் விந்து
நடையுறாப் பிரமம் உயர்பரா சக்தி
நவில்பர சிவம் எனும் இவர்கள்
இடையுறாத் திருச்சிற்றம்பலத் தாடும்
இடதுகாற் கடைவிரல் நகத்தின்
கடையுறுதுகள் என் றறிந்தனன்
அதன்மேற் கண்டன்ன் திருவடிநிலையே"

-(திருவடிநிலை 02)

இத்திருவருட்பாவின்கண் ஆதியந்தமில்லாத அருட்பெருஞ் ஜோதியின் பிரம்மாண்டத்தைக் கூறும்பொருட்டு ஒன்பது பெயர்களை வள்ளலார் பதிவுசெய்கிறார். பிரம்மன், திருமால், உருத்திரன், மாயேச்சுரன், சதாசிவன், விந்து, பிரமம்

பராசக்தி, பரசிவம் எனும் இவர்கள் ஒன்பது பேரையே நவநிலை என்கிறார். பிரம்மன் தொடங்கி பரசிவம் வரையான இந்த ஒன்பது நிலையையே "பிரமாதி பரசிவாந்த நவநிலை" என்கிறார். எப்படி அருட்பெருஞ்ஜோதி ஆண்டவர்கள் இந்த ஒன்பது நிலைகளுக்கும் அப்பாற்பட்டவராய் விளங்குகின்றாரோ அவ்வாறே பன்னிரண்டு உயிர்களில் முதலான அகரம் அனாதியா அமைகின்றது என்கிறார். அ - என்பது இயற்கையுண்மை பரிபூரணம்.

இப்போது (த் - அ) என்று சேர்த்துப் பொருத்திப் பார்க்குமிடத்து தசகாரியத்தின் ஏழாவது நிலையான சிவரூபமும் (த்) நவநிலைகளின் அநாதியான அருட்பெருஞ்ஜோதியான (அ) ஆண்டவரும் இணைந்த ஸ்வரூபமே த - எனும் எழுத்தும் அதனைக்கொண்ட தமிழும் எனும்படியால் தென் மொழியான தமிழே சிவரூபமாகும். தென்மொழியான தமிழே அருட்பெருஞ்ஜோதி ஆண்டவரும் ஆவார் என்பதை உணர்க. மேலும் "பூரண ஆனந்தஸ்வரூபம்" என்றதன் காரணம் தனித்த நிலையில் அகரம் சத்தையும், த் சித்தையும் விளக்கும் தன்மையில் இரண்டும் சேர்ந்த தகரத்தில் சத்து சித்து கலந்த ஆனந்தமான சச்சிதானந்தமாய் விளங்குகின்றது. இந்தத் தகரத்தையும் அகரத்தையும்தான்,

"தகர மெய்ஞான தனிப்பெரும் வெளியெனும்
அகர நிலைப்பதி அருட் பெருஞ்ஜோதி"
(அருட்பெருஞ்ஜோதி அகவல் 23)

என்று பாடினார்.

"ம்-இ: சங்கரா பிரணவ மாகிய மகாரம் முக்தான்மாக்களுக்கு ஒளி வண்ணச் சதானந்தமாயும் பெத்தானமாக்களுக்கு இருள் வண்ண மலரூப மாயும் இருந்து, கற்பாந்தப் பிரளய முடிவின் சிருஷ்டி திதியாதிகளில் சிதான்ம சக்தியாகிய ஜீவனுக்கு அதிகரணமாகவும் முற்குறித்த பத்தாவது நிலையமாகிய ஆன்மாதாரமாகியுமுள்ளதெனப் பொருளாம். இ-பன்னீருயிர் நிலைகளில் மூன்றாம் நிலையுயிராகிய இகாரம் திரிகலா ஆன்ம

வருக்கத்தில் அபரமாகிய சகலாகலரையும் பரமாகிய பிரளயாகலரையிம் கீழ்ப்படுத்தி அவ்விரு விஞ்ஞான கலராகிய சிதாத்மாக்களைச் சுட்டிகின்றதாம். என்னவே, ஆதார ஆதேயக் கூட்டுறவால் என்றுந் தோன்றி விளங்கும் சிதான்ம வருக்கங்கள் பரபதி லக்ஷியமாகிய பூரணானந்தத்திற்கு அநாபவிகளாகவுரியவர்களெனக் குறிக் கொள்ளல் வேண்டும்."

"சங்காரப் ப்ரணவம் ஆகிய மகரம் "என்பதன் பொருள்: அகரம், உகரம், மகரம் என்பதான ஓங்காரத்தில் அகரம் படைத்தலையும் உகரம் காத்தலையும், மகரம் அழித்தலையும் குறிக்கின்றது, ஓங்காரத்தில் அழித்தலைக் குறிக்கும் மகரம் என்பதையே சங்காரப் ப்ரணவமாகிய மகரம் என்றார் (சங்காரம் என்றால் அழித்தல், ப்ரணவம் என்பது ஓங்காரம், மகரம் - ம்)

இவ்வுரையில் முக்தான்மாக்கள் பெத்தான்மாக்கள் என்ற இரண்டு ஆன்மாக்களை குறிப்பிடுகின்றார். தொடர்ந்து உரை விளக்கம் காணுதற்கு முன் இச்சொற்களின் பொருளறிதல் அவசியமாகும். முக்தான்மா பசு பாசங்களை (மும்மலம்) அன்னியமாக்கி விடுத்து அதிமுத்த சிவனை தனதாக்கி சிவனென்று இருக்கும் ஆன்ம நிலையாகும், அதேபோல் பெத்தான்மா என்பது பாசங்களோடு கட்டுண்ட ஆன்மநிலை என்பதை புரிந்து கொள்ளாலாம். அழித்தல் எனும் தொழிற்படும் மகரம் இத்தகைய முக்தான் மாக்களுக்கு ஒளி வண்ணமாகவும், பெத்தான்மாக்களுக்கு இருள் வண்ணமாயும் (மலரூபம்) இருக்கும்.

மேலும் மகரம் ஊழிக்காலத்தின் முடிவில் அதனை முற்றாக அழியும் பிரளயச் சூழலில் மீண்டும் பிறப்பியல் நடக்கும் போதில் ஜீவனுக்கு ஆதாரமாகவும், ஆன்மாவிற்கு ஆதாரமாகவும் விளங்குகின்றது. எனவே ம் என்பது ஒளி வண்ணச் சதானந்தம், ஜீவனுக்கு ஆதாரம், அது தோன்றுவதற்கான ஆன்மாவிற்கு ஆதாரம். மகரம் என்பதற்கு அழித்தல் என்ற பொதுப் பொருள் வழங்கி விட்டு, இங்கே நிறைவில் அது தோற்றுவாய்க்கு ஆதாரம் என்கிறாரே என்று குழம்ப வேண்டாம்.

எல்லா தோற்றுவாயும் முற்றழிந்தத் தன்மையிலிருந்தே அதனை ஆதாரமாய்க் கொண்டு விளங்குகின்றது. காரியம் முடிந்தபின்னே காரணம் தொடங்குவதைப் போலவும், காரியத்தின் முடிவு நிலையே காரணத்தின் தோற்றுவாயாய் அமைவதைப் போலவுமாகும் (காரியம் பானை, காரணம் மண்; மண்ணில் இருந்தே பானை தோற்றம் பெற்று மீண்டும் அழிந்து அது மண்ணாகிறது. அது மண்ணாகும் பட்சத்தேதான் மீண்டும் பானையாவதற்கு ஏற்ற மூலப் பொருளாகிறது அதுவே காரியம் முடிவில் காரணம் தொடக்கம் என்பதாகும். ஏதுமற்ற பூஜ்ஜியத்திலிருந்தே ஒன்று தொடங்குவதைக் போல) இ - என்பது பன்னிரண்டு உயிர்களில் மூன்றாவது நிலையாகும். இவ்வுலகின்கண் வருகின்ற ஆன்மாக்கள் மூன்று நிலைகளில் சொல்லப்படுகின்றன.

சகலர் - கலை என்பது மாயையினைக் குறிக்கும். ஆணவம், கன்மம், மாயை எனம் மூன்று மலங்களோடும் கட்டுண்டு இருக்கும் உயிர்க்கு சகலர் என்று பெயர்.

பிரளயாகலர் - ஆணவம், கன்மம் என்ற இரண்டு மலங்களை மட்டுமே உடைய உயிர்கள் பிரளயாகலர் எனப்படும்.

விஞ்ஞானகலர் - விஞ்ஞானத்தால் - பேரறிவால் கலை நீங்கப் பெற்றவர்.

இதன் தீவிரப் பொருளை திருமந்திரமான பத்தாம் திருமுறையினைக் கொண்டு ஆழஅகல அறியலாம்.

"விஞ்ஞானர் நால்வரும் மெய்ப்பிரளயாகலத்
தஞ்ஞானர் மூவரும் தாங்கு சகலத்தின்
அஞ்ஞானர் மூவருமாகும் பதின் மராம்
விஞ்ஞான ராதியர் வேற்றுமை தானே"

"விஞ்ஞானர் கேவலத் தாராது விட்டவர்
தஞ்ஞானர் அட்டவித் தேசுரம் சார்ந்துளோர்
எஞ்ஞானர் ஏழ்கோடி மந்திர நாயகர்
மெய்ஞ்ஞானர் ஆணவரும் விட்டு நின்றாரே"

“இரண்டா வதில் முத்தி எய்துவர் அத்தனை
இரண்டாவதுள்ளே இருமல பெத்தர்
இரண்டாகு நூற்றெட்டுருத்திர்ர் என்பர்
முரண்சேர் சகலத்தர் மும்மலத்தாரே”

“பெத்தத்த சித்தொடு பேண் முத்தச் சித்தது
ஒத்திட் டிரண்டை யூருற்றார் சித்துமாய்
மத்தத்து மும்மலம் வாட்டுகை மாட்டாதார்
சத்தத் தமிழ்ந்து சகலத்துளாரே”
(இரண்டாம் திருமந்திரம் – 15: 1,2,3,4)

விஞ்ஞானம் என்பது விசேஷ ஞானமாகும், அதனை தமிழில் மெய்யுணர்வு எனலாம். ‘விஞ்ஞானாகலர்’ என்பது ‘விஞ்ஞானகலர்’ என மருவி வழங்கப்படுகின்றது. அகலர் – என்றால் கலை (மாயை) நீங்கப் பெற்றவர் என்று பொருள். விஞ்ஞானத்தால் கலை நீங்கியவர் விஞ்ஞானாகலர். விஞ்ஞான்மாவது (மெய்யுணர்வு) சிவனால் உணர்த்தப்படும் விசேஷ ஞானம். இது வருவதற்கு ஆணவமலத்தின் சக்தி மெலிதாதல் வேண்டும் அத்தகையத் தன்மையைத்இயற்கையாகவேப் பெற்றவர் இயற்கை விஞ்ஞானகலர் இயற்கையாகவன்றித் தவத்தால் இந்நிலைப் பெறுதல் (பெறுவர்) செயற்கை விஞ்ஞானாகலர்.

பிரளயாகலர்- பிரளயத்தில் (உலகம் யாவும் ஒடுங்கிய காலத்தில்) கலை நீங்கப் பெற்றவர் இவர் உலகம் ஒடுங்கும் காலத்தில் ஆணவ மலத்தின் சக்தி மெலிவடையப் பெற்றவர். இவர் இயற்கைப் பிரளயாகலர் உலக ஒடுக்கத்திற்கு முன் இந்நிலையைப் பெற்றோர் செயற்கைப் பிரளயாகலர்.

சகலர்-பாசப்பற்று நீங்காதவர், அதாவது ஆணவமலத்தோடு இறுக்கமாகப் பற்றுற்றவர்சகலர், பிரளயாகலர், விஞ்ஞானகலர் எனும் இந்த மூன்று ஆன்மவர்க்கத்தில் மூன்றாவது வர்க்கமான விஞ்ஞானகலரைக் குறிக்கின்றது உயிரெழுத்தில் மூன்றாவதாக உள்ள இகரம். இதனையே ‘சுத்த விஞ்ஞான கலராசிய சிதாத் மாக்களைச் சுட்டுகின்றது’ என்கிறார் வள்ளலார்.

மேற்படி ம் - என்ற ஆன்ம ஆதாரமாகிய நிலையில் இருந்து தோன்றி இ - எனும் பரபதி லட்சியமாகிய பூராணந்தத்திற்கு அநுபவிகளாக உரியவர்கள் என்பதன் சுட்டே தமிழின் மி எனும் ம்+இ ஆகும். எளிமையாகக் சொன்னால் ஆன்ம ஆதாரமாகிய நிலையில் தோன்றி ஜீவர்கள் சகலர், பிரளாயகலர் எனும் நிலைகளைக் கடந்து முற்றாக ஆணவத்தையும் இன்னபிற மலங்களையும் துறந்து விஞ்ஞானகலராகி அதன் பொருட்டாக சிவப்பரம் பொருளின் பூரண இன்பத்தை அனுபவிப்பதற்குரிய நிலையை வழங்க வல்லது தமிழின் - மி. அல்லது அவ்வாறான அனுபவ உணர்வைக் குறிப்பது மி (ம் - இ).

இதுகாறும் த் - அ, ம் - இ எனும் எழுத்துகளுக்கான சுத்த சித்தாந்த பதஉரையினைக் கண்டோம் நிறைவாக தமிழின் சிறப்பு ழகரமான ழ் எனும் எழுத்திற்கு வள்ளலார் வழங்கிய உரையினைத் தொடர்வோம்.

ழ்- எனும் எழுத்தினை ‘சிறப்பியல் அக்கரம்’ என்று தொடங்கியே உரையினை நீட்டிக்கிறார். அது ஏன் சிறப்பியல் என்பதற்கான காரணத்தையும் அவரே பின்னால் வழங்குகின்றார். சிவயோக பூமியாக விளங்கக்கூடிய பாரத தேசத்தில் பழமையானதும் புராண இதிகாசங்களோடு தொடர்புடையதுமான பௌராணிக தத்துவம் பாரத நாட்டில் அன்றைக்கு ஐம்பத்தாறு தேசங்கள் இருந்ததாக வரையறை செய்தது.

அவைகுரு தேசம், சூரசேன தேசம், குந்தி தேசம், கந்தல தேசம், விராட தேசம், மத்சுய தேசம், திரிகர்த்த தேசம், கேகய தேசம், பாஹ்லிக தேசம், கோசல தேசம், பாஞ்சால தேசம், நிதச தேசம், நிசாத தேசம், சேதி தேசம், தசார்ண தேசம், விதர்பப் தேசம், அவந்தி தேசம், மாளவ தேசம், கொங்கண தேசம், கூர்சர தேசம், ஆபிரதேசம், சால்வ தேசம், சிந்து தேசம், சௌவீர தேசம், பாரசீக தேசம், வநாயு தேசம், பர்பர தேசம், கிராத தேசம், காந்தார தேசம், மந்ர தேசம், காசுமீரதேசம், காம்போச தேசம், நேபாள தேசம், ஆரட்ட தேசம், விதேக தேசம், பார்வத தேசம், சீனதேசம்,

காமரூபதேசம், பராக் கோதி தேசம், சிம்ம தேசம், உத்கல தேசம், வங்க தேசம், அங்க தேசம், மகத்தேசம், ஹேஹயதேசம், களிங்க தேசம், ஆந்திர தேசம், யவன தேசம், மகாராட்டிர தேசம், குளிந்த தேசம், திராவிட தேசம், சோழ தேசம், சிம்மள தேசம், பாண்டிய தேசம், கேரள தேசம், கர்னாடக தேசம்.

வள்ளல் பெருமான் பௌராணிக தத்துவத்தில் குறிக்கப்பட்ட ஐம்பத்தாறு தேசங்களில் சுதேசந்தவிர மற்ற ஐம்பத்தைந்து தேச பாஷைகளிலும் இல்லாததான ழகரம் என்கிறார். சுதேசம் என்பதற்கு சொந்த நாடு எனும் பொருள் சொல்லப்படுவதால் அது தமிழ் நாடு என்பதையே குறிக்கிறது. ஆனால் மேற்கண்ட பட்டியலில் சோழ தேசம், பாண்டிய தேசம் இரண்டுமே தமிழ் தேசங்கள் என்பதாகச் கொண்டால் ஐம்பத்தி நான்கு தேசங்களே மற்ற தேசங்களாகக் கொண்டிருக்க வேண்டும். ஒருவேளை பாண்டிய தேசத்தை மட்டுமே தமிழ்த்தேசமாகக் கருதினார் என்றால் அது பொருந்தாது காரணம் சோழ தேசமும் தமிழ் மொழிக்குரியதாகவே இருந்தது. இவ்விடத்தில் இத்தேசங்கள் குறித்த குழப்பம் இருப்பதால் இதனைக் கடந்து பொருளுக்கு வருவோம்.

மேற்படி வள்ளல் அறிவுறுத்தும் மையக் கருத்தானது ழ் என்னும் சிறப்பு ழகரம் தமிழ் மொழியைத் தவிற வேறெந்த மொழியிலும் இல்லை என்கிற ஒன்றேயாகும். அதனாலேயே ழ் - சிறப்பியல் அக்கரம்(எழுத்து) என்றார். மேலும் எந்த தேச பாஷைகளிலும் இல்லாத இந்த ழகரம் பதினெட்டு நிலங்களாக விளங்கிய செந்தமிழ் நாடு, கொடுந்தமிழ்நாடு யாவற்றுக்கும் ஒற்றுமையுரிமையாய் விளங்குவதாகக் குறிக்கிறார். இவ்விடத்தில் ழகரம் மொழியாராய்ச்சி அடிப்படையில் வள்ளலாரால் விளக்கப்பட்டதாகும் இனி தத்துவம்

நான்கு வேதங்களான ரிக், யஜீர், சாம, அதர்வணம் ஆகிய சமஸ்கிருத வேதங்களின் பொருள் அனுபவத்தைக்கூட எளிமையாகப் பெற வேண்டும் என்றால் தழிழே அதற்கு வழி வகுக்கின்ற மொழியாக இருக்கின்றது என்கிறார்.

மாணிக்கவாசகர் எழுதிய திருவாசகமும், மூவர் தேவாரமும், திருமூலர் எழுதிய திரு மந்திரமும் அவருக்குப்பின் வந்த பல அருளாளர்களின் சாத்திர, தோத்திரப் பாடல்களும், வேதத்தின் வழி இறை அனுபவத்தை சமஸ்கிருதம் முதலான கடினமான மொழி கொண்டு படிக்காமல் மிக எளிமையாக அதனை உணர்வதற்கு வழி செய்கிறது என்கிறார்.

மேலும் ஆரியம், மகாராட்டியம், ஆந்திரம் முதலிய பிற மொழிகளைக் கற்க விரும்புவோர் பல நாள் நைட்டிக பிரமச்சரியம் பூண்டு கற்பிக்கும் ஆசிரியரிடம் பணிவிடை செய்து ஒழுகி, உடன் கற்கும் மாணவர்களோடு கூடிக் கூச்சலிட்டு ஓத வேண்டுமென்றும், அப்படி ஓதினாலும் பாடமாவது அருமை யென்றும் (கடினம்), அப்படிப் படமாயினும், பாஷியம், வியாக்கியானம், டீக்கா, டூக்கா, டிப்பணி முதலிய உரை கோள் நூல்களைத் தேடிப்பிடித்துப் படிக்க வேண்டு மென்றும், தேடிய அவை கையில் கிடைத்தாலும் அவற்றைப் பயன்படுத்திக் கற்பதற்கு பாஷ்யக்காரர்கள், வியாக்கியானகர்த்தர்கள் கிடைப்பது கஷ்டமென்றும், வள்ளலார் கூறுவதன் மூலம் மற்ற மொழிகளைக் கற்பதில் உள்ள கடினத்தன்மையைப் புரிந்து கொள்ளலாம். இவ்வாறெல்லாம் படிக்கும்போதே ஆரியமா! என்று தலை சுற்ற வைக்கும்படி எழுதய வள்ளலார் இனி தமிழ் மொழியைச் சொல்லுமிடத்து,

தமிழெழுத்துகள் கற்பதற்கு எண்ணளவு சுருக்கமானவை யென்றும், தமிழ்ஒலி லேசானதென்றும் தமிழில் கூட்டு என்றுஞ் சந்தி அதி சுலபமான தென்றும், தமிழ் உரை நடையில் எழுதி கவி செய்யவும் மிக நேர்த்தியானதென்றும், எழுத்தாரவாரம், சொல் ஆடம்பரம் முதலிய பெண்மைக் குணங்கள் இல்லாததென்றும் எம்மொழியின் ஒலிகளையும் தன்னுள் கொண்டதென்றும் கூறுகின்றார்.

இதனோடு தமிழ் எனும் சொல்லுக்கிட்ட சுத்த் சித்தாந்த உரை நிறைவுறுகிறது. இதனைத் தொடர்ந்து பொழிப்புரையாக மேற்சொல்லப்பட்ட அத்தனையையும் சுருக்கி ஒரு பத்தியில் உரைக்கிறார்.

“உரை கூறிப் போந்த சுத்த சித்தாந்த ஆரிடாரீதி முப்பதவுரைப் பொழிப்பு: மருளியற்கை மல இருளைப் பரிபாக சந்தியால் அருளொளியாக்கி, அதற்குள்ளீடான சிதாத்ம சிற்கலாசத்தியென்னும் சுத்த ஆன்மாவானது தகர ககன நடன அருட்பெருஞ்ஜோதி யென்னுஞ் சுத்த சிவானந்த பூரணத்தை சுத்த மோனா தீத வியலால் அனுபவிக்கும் இயற்கை யுண்மையே தமிழ் என்னும் சொற்பொருள் சுட்டினமாறு காண்க.”

இதன் எளிய விளக்கம்: இந்த ஆன்மாக்கள் அருட்பெருஞ் ஜோதி என்னும் சிவானந்தப்பூரணத்தை (பேரின்பத்தை) அனுபவிக்கும் இயற்கை உண்மை நிலையே தமிழ். மேலும் அந்நிலையை கொடுக்கும் தகுதி கொண்டதே தமிழ் இதனையே நிறைவில் வள்ளலார் “தமிழ் பாஷையே அதி சுலபமாகச் சுத்த சிவாநுபூதியை கொடும் என்பதாகும்”என்று நமக்குப்புரியும்படி இரண்டு வரியில் சுருக்கிச் சொல்லி முடிக்கின்றார்.

இதுகானும் நாம் பார்த்துவந்த வள்ளலார் ‘தமிழ்’எனும் சொல்லுக்கிட்ட உரையின் விளக்க முயற்சியின் தொகுப்புரை

தமிழ்:- கடவுள் வேறு இயற்கை வேறுயில்லை இரண்டுமே ஒன்றுதான் என்பதை விளங்கிக்கொள்ளும் அறிவினை வளர்க்கும் மொழி; கடவுள் நிலைக்கு ஒப்பான மொழி; கடவுளிடம் இருந்து காரியப்பட்டு கிடக்கும் பார் முதல் பூதங்களை தனித்து அறியும் இயல்பை தரக்கூடிய மொழி; கடவுளே நேரடியாக அவர் அருளாணையால் கற்பித்த மொழி; இந்த உலகத்தின் எல்லா பாஷைகளும் தோன்று வதற்கான உயிர்த்தன்மையை வழங்கிய தந்தை மொழி; இனிமை நிறைந்த இயற்கை உண்மை சிறப்பியல் மொழி; சிவரூபமாக விளங்கக்கூடிய மொழி; பிரமன், திருமால், ருத்திரன் போன்றவர்களுக்கெல்லாம் மேலான அருட்பெருஞ்ஜோதி ஆண்டவ்ரின் பரிபூரண அருள் கொண்டமொழி, பூரண ஆனந்தத்தை வழங்கக்கூடிய மொழி; பாச மலங்களை முற்றாகத் துறந்த முக்தான் மாக்களுக்கு ஒளி வண்ணமாகத் திகழும் மொழி; ஆன்மாவிற்கு ஆதாரமாக

விளங்குகின்ற மொழி; மூன்று மலங்களையும் ஒழித்த விஞ்ஞானாகலரை சுட்டுகின்ற மொழி; உலகத்தில் எந்த மொழியிலும் இல்லாத சிறப்பு ழகரத்தைக் கொண்ட மொழி; நான்கு வேதங்களின் பொருள் அனுபவத்தை எளிதில் கற்பிக்கும் மொழி; மாணிக்க வாசகரின் திருவாசகம், மூவர் தேவாரம், திருமூலரின் திருமந்திரம், இன்னபிற அருளாளர்களின் சாத்திர தோத்திர நூல்களைக் கொண்ட மொழி; ஆரிய, மகாராட்டிரம், தெலுங்கு போன்று கற்பதற்குக் கடினத் தன்மை இல்லாமல் கற்பதற்கும், எழுதுவதற்கும் கவிதைப் புனைவதற்கும், அதிசுலபமான மொழி; எழுத்தில் ஆராவாரமும் சொல்லில் ஆடம்பரமும் இல்லாத மொழி; ழ், ற். ன் என்கிற சிறப்பான எழுத்துகளைக் கொண்ட மொழி; இயற்கை உண்மைத் தனித்தலைமை பெருமைச் சிறப்பியல் ஒலி கொண்ட மொழி; மருள் இயற்கையின் மல இருளை நீக்கி அருள் ஒளியினை ஆக்குகின்ற மொழி; சுத்த ஆன்மாக்கள் அருட்பெருஞ்ஜோதி என்னும் சிவானந்தப் பூரணத்தை அனுபவிக்க செய்யும் மொழி; அதி சுலபமாக சுத்த சிவாநுபூதியைக் கொடுக்கும் மொழி.

முற்றிற்று! இவ்வத்தனை விளக்கங்களையும் ஆராய்ந்து அசைபோட்டுப் பார்க்கும் போது தமிழே ஆன்மாக்களை மலமகற்றி சிவானந்தப் பூரணத்தை வழங்கும் தகுதியுடைய மொழி என்பதை உணர முடிகின்றது. இப்போதுதான் புரிகின்றது வள்ளலார், செந்தமிழில் வளர்க்கின்றாய் சிற்சபையில் நடிக்கின்றாய்" என ஏன் பாடினாரென்று. ஆம்,

"எந்தையுனைப் பாடி மகிழ்ந் தின்புறவே வைத்தருளிச்
செந்தமிழால் வளர்க்கின்றாய் சிற்சபையில் நடிக்கின்றாய்"

-(4802)

துணை நின்றவை

- திருவருட்பா, 1 முதல் 6 திருமுறைகளும் உரை நடையும், காரணப்பட்டு சமரச பஜனை ச.மு.கந்தசாமி பிள்ளை பதிப்பு 1924, மறு அச்சு 2014, வெளியீடு அருட்பா பதிப்பகம், சென்னை.

- திருவருட்பா முதல் ஐந்து திருமுறைகள், பதிப்பாசிரியர் சித்தாந்தச்சுடர் சிவாலயம் ஜெ.மோகன், வெளியீடு சிவாலம், முதற்பதிப்பு 2013

- திருவருட்பா ஆறாம் திருமுறை, பதிப்பாசிரியர் சித்தாந்தச்சுடர் சிவாலயம் ஜெ.மோகன், வெளியீடு சிவாலம், முதற்பதிப்பு 2013

- வள்ளலார் இராமலிங்க அடிகள் வரலாறு சன்மார்க்க தேசிகன் முனைவர் அருள்திரு ஊரன் அடிகள், வர்த்தமானன் பதிப்பகம். முதற்பதிப்பு 2019

- இராமலிங்கரும் தமிழும், ஊரன் அடிகள், சமரச சன்மார்க்க ஆராய்ச்சி நிலையம் சமயபுரம் அஞ்சல், திருச்சிராப்பள்ளி மாவட்டம் வெளியீடு, முதற்பதிப்பு 31.12.1967

- திருவருட்பா ஐந்து திருமுறைகள், சமரச சுத்த சன்மார்க்க சங்கம், சென்னை 'உமாபதி' அச்சு நிலையத்தில் பதிப்பித்தது.

- நவீன நோக்கில் வள்ளலார், ப.சரவணன், காலச்சுவடு பதிப்பகம், நான்காம் பதிப்பு 2021

- திருவருட்பா அருட்பெருஞ்ஜோதி அகவல், ஊரனடிகள் உரை, தொகுதி 1, வர்த்தமானன் வெளியீடு, இரண்டாம் பதிப்பு 2018.

- தமிழ்ச்சுடர்களைப் போற்றுவோம், பன்னாட்டு தமிழ் ஆய்வுக் கருத்தரங்கம் ஆய்வுக் கோவை வள்ளலார் 200, எம்.எஸ்.எம் கலை அறிவியல் கல்லூரி, தமிழ்த்துறை

தாமல் கோ. சரவணன்

சொற்பொழிவாளர்

தொலைக்காட்சிப் பட்டிமன்றங்கள், ஆன்மிகப் பேருரைகள், சமயப் பொழிவுகள், இலக்கிய உரைகள் என்று பேச்சுலக மேடையில் எல்லா தளங்களிலும் தடம் பதித்துக்கொண்டிருக்கும் இவர் உயிரிதொழில் நுட்பவியல் என்ற அறிவியல் புலத்தினைப் பின்புலமாகக் கொண்டு, கல்வியியலில் முதுநிலையும் கற்று வானசாஸ்த்திரம், சைவசித்தாந்தம் போன்ற பிற படிப்புகளிலும் கிளை பரப்பி தமிழிலும் தமிழிலக்கியங்களிலும் வேரூன்றி வருகின்றவர். மேலும் ஸ்ரீ சங்கரா கலை மற்றும் அறிவியல் கல்லூரியின் பாடத்திட்டக் குழு உறுப்பினராகவும், அமெரிக்காவின் FLORIDA INTERNATIONAL UNIVERSITY -யின் வள்ளலார் ஆய்விருக்கைக் குழு உறுப்பினராகவும், காஞ்சிபுரம் ஊர்க்காவல் படையின் மண்டலத் துணைத் தளபதியாகவும், பிஏவி பன்னாட்டுப்பள்ளியில் துணை முதல்வராகவும் பொறுப்பு வகிக்கின்றார். மத்திய அரசின் NATIONAL BOOK TRUST வெளியிட்ட ‘தேசியக் குயில் டி கே பட்டம்மாள்’ எனும் இவருடைய நூல் தேசிய அளவில் அங்கீகாரம் பெற்ற சிறப்பிற்குரியது. சிறந்த இளம் பேச்சாளருக்கான சென்னைக் கம்பன் கழகத்தின் ‘கம்பன் அடிப்பொடி சா.கணேசனார்’ விருதினையும் (2017), சிலப்பதிகார அறக்கட்டளை வழங்கிய சிறந்த இலக்கியப் பேச்சாளருக்கான ‘இளைய சிலம்பொலி’ விருதினையும் (2017), உறவுச் சுரங்கமும், பாரதிய வித்யாபவனும் இணைந்து வழங்கிய ‘தமிழ்ச்சான்றோர்’ விருதினையும் (2018), ஸ்ரீ காஞ்சி காமகோடி பீடம் வழங்கிய ‘இளந்தமிழருவி’ விருதினையும் (2022), காஞ்சி முத்தமிழ் மையத்தின் ’நறுவீ’ விருதினையும் (2023), அமிழ்தம் ஆய்வரங்கம் வழங்கிய ’சிலம்பொலி செல்லப்பனார்’ விருதினையும் (2023), திண்டுக்கல் கம்பன் கழகம் வழங்கிய ’இலக்கியத் தென்றல்’ விருதினையும் (2023), வடலூரில் தமிழ்நாடு ஆளுநர் அவர்களிடம் ’சன்மார்க்கப் பேச்சாளர்’ விருதினையும் (2023) பெற்ற சிறப்பிற்குரியவர்.

குறிப்புகளுக்காக